SỰ HOÀN THÀNH SÁCH NẤU ĂN THOẢI MÁI

AF883450

100 Công thức nấu ăn ngon và ấm cúng để sưởi ấm tâm hồn bạn . Từ món Mac và pho mát cổ điển đến món thịt bò hầm thịnh soạn, hãy tìm những món ăn thoải mái yêu thích của bạn

Trúc Bích

MỤC LỤC

GIỚI THIỆU

Khi bạn đang cần một bữa ăn ấm áp và thoải mái, không có gì giống như những món ăn thoải mái cổ điển để thực hiện thủ thuật này. Và với SỰ HOÀN THÀNH SÁCH NẤU ĂN THOẢI MÁI, giờ đây bạn có thể thưởng thức tất cả các món ăn thoải mái yêu thích của mình trong sự thoải mái tại chính ngôi nhà của mình.

Với 100 công thức nấu ăn ấm cúng và ngon miệng, cuốn sách nấu ăn này có mọi thứ, từ món mac và pho mát cổ điển đến món thịt bò hầm thịnh soạn cho đến món bánh gà nhân kem. Những món ăn này chắc chắn sẽ sưởi ấm tâm hồn bạn và khiến bạn cảm thấy dễ chịu từ trong ra ngoài.

Ngoài các công thức nấu ăn, SỰ HOÀN THÀNH SÁCH NẤU ĂN THOẢI MÁI còn bao gồm các mẹo và thủ thuật để tạo ra những món ăn hoàn hảo cho người ăn thoải mái, chẳng hạn như cách làm món khoai tây nghiền béo ngậy nhất hoặc món gà rán giòn ngon nhất.

Với những bức ảnh đầy màu sắc đẹp mắt và hướng dẫn dễ thực hiện, cuốn sách dạy nấu ăn này hoàn hảo cho cả những đầu bếp có kinh nghiệm và những người mới bắt đầu. Vì vậy, cho dù bạn đang thích món gì đó phô mai, thịnh soạn hay đơn giản là ngon, SỰ HOÀN THÀNH SÁCH NẤU ĂN THOẢI MÁI sẽ giúp bạn.

BỮA SÁNG VÀ BỮA TRƯA

1. trứng Benedict với cá hồi

Thực hiện: 8 phần ăn

THÀNH PHẦN

- 4 bánh nướng xốp kiểu Anh, tách đôi
- 1 pound cá hồi hun khói
- 8 quả trứng luộc
- Măng tây tươi
- tiêu đen thô

ĐỐI VỚI SỐT HOLLANDAISE :

- 1 lòng đỏ trứng gà
- 1 muỗng cà phê nước cốt chanh tươi
- 1 muỗng canh nước
- 1 chén (2 que) bơ mặn, tan chảy
- 2 lát sốt Tabasco
- ½ muỗng cà phê tiêu trắng xay
- 1 muỗng cà phê muối kosher

HƯỚNG DẪN

a) Đặt những chiếc bánh nướng xốp kiểu Anh vào từng đĩa riêng lẻ, sau đó đặt một miếng cá hồi hun khói nặng ¼ pound và một quả trứng luộc lên trên mỗi chiếc đĩa. Đặt sang một bên.

b) Cho tất cả các nguyên liệu làm sốt hollandaise vào máy xay sinh tố, sau đó trộn các nguyên liệu cho đến khi hòa quyện.

c) Rưới sốt hollandaise lên khắp trứng. Rắc mùi tây và tiêu đen lên trên, dọn ra và thưởng thức!

2. việt quất bánh ngô Bánh quế

Số lượng: 4 ĐẾN 6 Khẩu phần

THÀNH PHẦN

1½ chén bột mì đa dụng

½ chén bột ngô vàng

¼ chén đường cát

½ muỗng cà phê muối kosher

1½ muỗng cà phê bột nở

1¼ chén bơ sữa

2 quả trứng, đánh nhẹ

½ chén (1 thanh) bơ không ướp muối, tan chảy

¾ chén quả việt quất đông lạnh, rã đông

HƯỚNG DẪN

Làm nóng trước sắt bánh quế của bạn.

Trong một bát trộn lớn, kết hợp bột mì, bột ngô, đường, muối và bột nở. Trộn các thành phần khô cho đến khi kết hợp tốt.

Ở trung tâm của các thành phần khô, làm cho một cái giếng nhỏ. Thêm vào bơ, trứng và bơ tan chảy. Trộn bằng máy đánh trứng cho đến khi kết hợp tốt. Sau đó gấp quả việt quất vào bột.

Xịt bàn ủi bánh quế bằng bình xịt nấu ăn không dính. Đặt 1 đến 1½ chén bột lên bàn ủi và nấu cho đến khi các phần bên ngoài đẹp và giòn. Lặp lại cho đến khi không còn bột. Phục vụ và thưởng thức với toppings yêu thích của bạn.

3. hạt chuối Bánh xèo

Thực hiện: 6 ĐẾN 10 Khẩu phần

THÀNH PHẦN

1 chén bột mì đa dụng
2 muỗng canh đường nâu đậm
1 muỗng cà phê bột nở
½ muỗng cà phê baking soda
1 muỗng cà phê bột quế
½ muỗng cà phê hạt nhục đậu khấu
½ muỗng cà phê muối kosher
1 quả chuối chín lớn, nghiền nhuyễn
1 cốc bơ sữa
1 quả trứng, đánh nhẹ
2 muỗng canh bơ không ướp muối, tan chảy
2 muỗng cà phê chiết xuất vani
¼ chén hồ đào xắt nhỏ
Dầu thực vật, cho chảo

HƯỚNG DẪN

Trong một bát lớn, kết hợp bột mì, đường, bột nở, muối nở, quế, nhục đậu khấu và muối. Đánh cho đến khi mọi thứ được kết hợp tốt, sau đó đặt bát sang một bên.

Tiếp theo, trong một bát vừa riêng biệt, kết hợp chuối nghiền, bơ sữa, trứng, bơ tan chảy và vani. Trộn các thành phần bằng máy trộn cầm tay cho đến khi kết hợp.

Tạo một lỗ nhỏ ở giữa nguyên liệu khô và đổ nguyên liệu ướt vào. Sử dụng máy trộn cầm tay để trộn nguyên liệu lại. Rắc hồ đào vào, sau đó cho vào bột. Đặt bát sang một bên.

Đổ dầu nhẹ vào chảo cỡ trung bình và đặt trên lửa vừa. Khi chảo nóng, đổ vào khoảng ½ cốc bột bánh xèo. Nấu cho đến khi các cạnh có màu vàng và bong bóng hình thành, khoảng 2 phút. Lật bánh kếp và nấu thêm 2 phút nữa. Lặp lại cho đến khi không còn bột. Phục vụ và thưởng thức với toppings yêu thích của bạn.

4. Bánh mì nướng Pháp cuối cùng

Thực hiện: 12 phần ăn

THÀNH PHẦN

3 quả trứng
2 cốc sữa nguyên chất
1 muỗng canh đường nâu
1 muỗng canh đường cát
2 muỗng cà phê chiết xuất vani
2 muỗng cà phê bột quế
¼ muỗng cà phê hạt nhục đậu khấu
¼ chén bơ không ướp muối, tan chảy
12 lát bánh mì nướng kiểu Pháp hoặc bánh mì cắt lát dày

HƯỚNG DẪN

Trong bát hoặc đĩa lớn, đập trứng ra và đánh tan. Đổ sữa vào và thêm đường, vani, quế và nhục đậu khấu. Khuấy đều, sau đó đổ bơ đun chảy vào và khuấy đều một lần nữa.

Bắt đầu thêm 1 đến 2 lát bánh mì vào hỗn hợp sữa và trứng. Để từng lát ở trong hỗn hợp ướt khoảng 10 giây.

Xịt chảo hoặc vỉ nướng lớn của bạn bằng bình xịt nấu ăn không dính và đặt nó trên lửa vừa. Khi chảo/vỉ nướng đã nóng, hãy cho 2 đến 4 lát bánh mì vào cùng một lúc. Nướng từng mặt bánh mì cho đến khi bánh có màu vàng nâu đẹp mắt. Phục vụ ngay với bơ, xi-rô, đường bột hoặc lớp trên bề mặt yêu thích của bạn.

5. Caramen hồ đào quế Bánh cuốn

Làm cho: 8 ĐẾN 12 CUỘN

THÀNH PHẦN

ĐỐI VỚI BỘT:

½ cốc nước ấm

Men tác dụng nhanh gói 0,75 ounce (6¾ muỗng cà phê)

2 muỗng canh cộng với 1 muỗng cà phê đường cát, chia

5 ounce sữa cô đặc, ấm

5 muỗng canh dầu thực vật, cộng thêm cho bát

1 quả trứng, đánh tan

1 muỗng canh chiết xuất vani

1 muỗng cà phê muối kosher

4½ chén bột bánh

ĐỂ ĐIỀN:

1¼ cốc (2½ que) bơ không ướp muối, ở nhiệt độ phòng, cộng thêm bơ

½ chén đường nâu

¼ chén đường cát

1 muỗng cà phê bột quế

½ muỗng cà phê hạt nhục đậu khấu

ĐỐI VỚI BÓNG ĐÁ:

2 muỗng canh bơ không ướp muối, ở nhiệt độ phòng

2 ounce pho mát kem, ở nhiệt độ phòng

3 muỗng canh sữa nguyên chất

2 muỗng cà phê chiết xuất vani

3 chén đường bột

MÓN NGON :

½ chén hồ đào xắt nhỏ

½ đến ¾ chén nước sốt caramel, mua ở cửa hàng

HƯỚNG DẪN

Đổ nước ấm vào tô trộn lớn hoặc tô của máy trộn đứng, sau đó rắc men nở và 1 thìa cà phê đường. Trộn cho đến khi kết hợp tốt, sau đó để yên trong khoảng 7 phút hoặc cho đến khi men sủi bọt.

Tiếp theo, đổ sữa đặc ấm vào và khuấy đều. Thêm dầu thực vật, trứng, vani, muối và 2 muỗng canh đường còn lại. Trộn các thành phần ở tốc độ thấp bằng máy trộn cầm tay hoặc máy trộn đứng có gắn cánh khuấy.

Tháo lưỡi trộn và thay thế bằng móc nhào bột. Với máy trộn ở tốc độ thấp, từ từ bắt đầu thêm bột mì, khoảng ¼ cốc mỗi lần. Khi bột đã hình thành, lấy nó ra khỏi bát và đặt sang một bên. Thoa dầu nhẹ vào bát, sau đó cho bột trở lại bát và đậy bằng khăn sạch. Đặt bột ở nơi ấm áp và để yên trong 1 tiếng rưỡi.

Sau khi bột nghỉ, đấm vào giữa bột để loại bỏ không khí. Lấy bột ra khỏi bát và chuyển sang một mặt bàn có bột nhẹ. Làm phẳng bột bằng một cái cán.

Trong một bát lớn, kết hợp bơ, đường, quế và nhục đậu khấu. Trộn cho đến khi kết hợp tốt, sau đó phết hỗn hợp bơ lên trên bột. Cuộn bột lại, sau đó cắt thành 8 đến 12 cuộn.

Bơ nhẹ một đĩa nướng 9 x 13 inch, sau đó cho các cuộn vào, chừa lại một inch giữa mỗi cuộn. Trải một chiếc khăn sạch lên đĩa và để các cuộn trong 45 phút. Sau khi thời gian trôi qua, mở các cuộn. Tại thời điểm này, các cuộn phải tăng kích thước và chạm vào nhau.

Làm nóng lò ở 375 độ F.

Nướng các cuộn trong 15 đến 20 phút. Lấy ra khỏi lò và để nguội.

Trong một bát vừa, kết hợp bơ và pho mát kem, và trộn đều bằng máy trộn cầm tay. Cho sữa và vani vào, khuấy đều. Sau đó cho đường bột vào, trộn đều cho đến khi thành dạng kem.

Rưới nước sốt đá và caramel lên trên, sau đó rắc hồ đào lên trên các cuộn, dọn ra và thưởng thức!

6. bánh quy khoai lang

Làm: 10 ĐẾN 12 BÁNH QUY

THÀNH PHẦN

2 chén bột mì tự nở
1 muỗng canh đường cát
½ muỗng cà phê kem cao răng
⅛ muỗng cà phê muối kosher
½ cốc (1 que) bơ lạnh không ướp muối, cắt nhỏ (bằng dụng cụ bào phô mai), cùng với nhiều hơn nữa để phủ lên bánh quy đã nấu chín
½ chén khoai lang nghiền
¾ cốc buttermilk, lạnh
Dầu thực vật, để bôi trơn

HƯỚNG DẪN

Làm nóng lò ở 400 độ F.

Trong một bát trộn lớn hoặc bát của máy trộn đứng, kết hợp bột mì, đường, kem cao răng và muối. Rây hoặc đánh các thành phần cho đến khi kết hợp tốt. Thêm bơ và khoai lang nghiền vào, trộn ở tốc độ trung bình bằng máy trộn cầm tay hoặc máy trộn đứng trong khoảng 2 phút. Từ từ bắt đầu đổ sữa bơ vào máy trộn ở tốc độ trung bình. Trộn cho đến khi kết hợp.

Sau khi bột đã hình thành, lấy bột ra khỏi bát và làm phẳng bột một chút (đảm bảo bột dày khoảng 1,5 inch) trên một bề mặt có phủ bột nhẹ bằng cây cán bột. Cắt bột thành 10 hoặc 12 miếng.

Thoa nhẹ một đĩa nướng có kích thước 9 x 13 inch và đặt bánh quy vào đĩa, chừa một khoảng trống nhỏ giữa mỗi chiếc bánh quy. Đặt bánh quy vào tủ lạnh trong 10 phút để bột đẹp và lạnh.

Lấy ra khỏi tủ lạnh và nướng bánh quy trong 12 đến 15 phút hoặc cho đến khi chúng bắt đầu chuyển sang màu nâu. Sau khi hoàn thành, phết bơ lên trên bánh quy khi chúng vẫn còn ấm. Phục vụ và thưởng thức!

7. Tôm , Andouille Xúc xích và Grits

Thực hiện: 4 phần ăn

THÀNH PHẦN

3 cốc nước
2 muỗng cà phê muối kosher
¾ cốc bột mịn
2 muỗng canh dầu ô liu siêu nguyên chất
½ pound xúc xích andouille, cắt thành lát dày ½ inch
½ pound tôm sống lớn, bóc vỏ và bỏ chỉ
1 muỗng cà phê tỏi băm
¼ chén hành lá xắt nhỏ, cộng thêm để trang trí
2 muỗng cà phê gia vị Cajun
½ muỗng cà phê tiêu đen xay
3 muỗng canh bơ mặn

HƯỚNG DẪN

Trong một cái chảo vừa trên lửa lớn, đổ nước và muối vào. Khi chất lỏng bắt đầu sôi, ngay lập tức giảm nhiệt xuống mức trung bình. Khuấy chất lỏng và dần dần rắc bột. Để bột mịn nấu cho đến khi chúng đặc lại và có màu kem đẹp mắt (thường từ 30 đến 35 phút) và nhớ khuấy thường xuyên.

Trong khi bột đang nấu, lấy một cái chảo và rưới dầu ô liu. Đun nóng dầu trên lửa vừa và cao, sau đó thả xúc xích andouille vào. Nấu trong 5 đến 7 phút, hoặc cho đến khi nó có màu nâu, sau đó cho tôm, tỏi và hành lá vào. Rắc gia vị Cajun và hạt tiêu đen.

Nấu thêm 5 phút thì tắt bếp. Khi bột đã đặc lại, thêm bơ vào và khuấy đều.

Bày bột ra đĩa, sau đó cho xúc xích, tôm và hành tây lên trên. Trang trí thêm hành lá.

8. thịt ức Băm

Thực hiện: 6 phần ăn

THÀNH PHẦN

6 dải thịt xông khói cắt dày
¼ chén dầu thực vật
2¾ cốc băm nâu đông lạnh, rã đông
1 quả ớt chuông đỏ vừa, thái hạt lựu
1 củ hành vàng lớn, thái hạt lựu
2 chén ức bò băm nhỏ
1 muỗng cà phê bột tỏi
1 muỗng cà phê muối kosher
½ muỗng cà phê tiêu đen xay
¼ chén hành lá xắt nhỏ

HƯỚNG DẪN

Đặt chảo lớn trên lửa vừa, sau đó cho thịt xông khói vào. Nấu thịt xông khói trong khoảng 5 phút hoặc cho đến khi nó đẹp và giòn. Lấy thịt xông khói ra khỏi chảo, nhưng để lại phần mỡ chảy ra. Đặt thịt xông khói sang một bên để nguội.

Thêm dầu thực vật vào chảo, và để nó nóng lên trên lửa vừa. Khi dầu đã nóng và đẹp, hãy thêm màu nâu băm vào. Nấu khoai tây cho đến khi vàng và mềm, thường khoảng 7 phút.

Cho ớt và hành tây vào. Nấu trong 5 phút. Sau đó cho ức bò đã cắt nhỏ vào và rắc bột tỏi, muối và tiêu. Khuấy nguyên liệu và nấu thêm 7 phút nữa.

Băm nhỏ thịt xông khói mà bạn đã nấu trước đó và cho vào chảo cùng với hành lá. Trộn đều các nguyên liệu và tắt bếp. Phục vụ và thưởng thức với các món ăn sáng yêu thích của bạn.

9. Cajun Ăn sáng Burritos

Thực hiện: 6 phần ăn

THÀNH PHẦN

- 2 muỗng canh dầu thực vật
- 1 pound xúc xích andouille, thái hạt lựu
- 1 chén băm nâu đông lạnh, rã đông
- 1 quả ớt chuông đỏ lớn, thái hạt lựu
- ½ củ hành đỏ vừa, thái hạt lựu
- 7 quả trứng, đánh tan
- ½ chén phô mai cheddar bào nhỏ
- ½ chén pho mát hạt tiêu jack
- 6 bánh bột mì lớn, hâm nóng

HƯỚNG DẪN

a) Đặt một chảo gang lớn không dính hoặc dày dặn trên lửa vừa và đổ dầu thực vật vào. Khi dầu nóng, thả xúc xích vào chảo và nấu cho đến khi nó hơi nâu.

b) Tiếp theo, thêm vào màu nâu băm, ớt và hành tây. Nấu mọi thứ trong 4 đến 5 phút, hoặc cho đến khi nó mềm. Lấy nguyên liệu ra khỏi chảo.

c) Đổ trứng vào cùng một chảo và nấu đến độ chín mong muốn, sau đó lấy trứng ra khỏi chảo. Tắt lửa.

d) Trong một bát lớn, kết hợp trứng với các thành phần khác. Rắc phô mai và khuấy đều.

e) Đặt những chiếc bánh ngô còn ấm lên một mặt phẳng và thêm ½ chén nhân lên trên mỗi chiếc bánh. Cuộn bánh ngô lại, phục vụ và thưởng thức!

f) Để làm nóng, làm tan burritos, sau đó làm nóng trong lò ở nhiệt độ 350 độ F trong 10 đến 15 phút.

10. tôm và cua trứng tráng

Thực hiện: 1 PHỤC VỤ

THÀNH PHẦN

4 quả trứng
3 muỗng canh kem nặng
Muối Kosher và hạt tiêu đen, để hương vị
1 muỗng canh dầu ô liu
¼ chén nấm thái lát
¼ chén rau bina tươi
¼ chén thịt tôm nấu chín
¼ chén thịt cua cục
¼ chén phô mai Havarti bào nhỏ

HƯỚNG DẪN

Trong một bát trộn nhỏ, kết hợp trứng và kem nặng và đánh cho đến khi kết hợp tốt. Rắc muối và tiêu, trộn đều. Đặt sang một bên. Rưới dầu ô liu vào chảo lớn trên lửa vừa. Khi dầu nóng, cho nấm và cải bó xôi vào chảo, nấu cho đến khi mềm. Lấy ra khỏi chảo và đặt sang một bên.

Đổ trứng vào và nấu trong 2 phút. Rắc tôm, cua, phô mai, nấm và rau bina. Gấp đôi món trứng tráng và nấu thêm 2 phút nữa, sau đó lấy ra khỏi chảo. Phục vụ và thưởng thức!

11. Creamy C heesy sạn

Thực hiện: 4 ĐẾN 6 Khẩu phần

THÀNH PHẦN

3 cốc nước
½ cốc kem nặng
1 chén bột nhanh
4 muỗng canh bơ mặn
1 muỗng cà phê muối kosher
½ muỗng cà phê tiêu đen xay
½ chén phô mai Havarti kem vụn
½ chén phô mai cheddar bào nhỏ

HƯỚNG DẪN

Trong một cái chảo vừa trên lửa lớn, đổ nước và kem nặng vào. Khi nó sôi hoàn toàn, rắc bột và đánh bông. Giảm nhiệt xuống mức trung bình thấp và nấu trong 30 đến 35 phút, thỉnh thoảng khuấy để tránh vón cục.

Thêm bơ và rắc muối, hạt tiêu và phô mai. Khuấy cho đến khi mọi thứ đều đẹp và kem và kết hợp tốt. Tắt lửa, sau đó dùng với các món ăn sáng yêu thích của bạn.

MÓN NGON VÀ MÓN KHAI THÁC

12. Con tôm thanh trượt

Thực hiện: 12 phần ăn

THÀNH PHẦN

1½ pound tôm sống jumbo, bóc vỏ và bỏ chỉ, chia đôi
¼ chén hành lá xắt nhỏ
1 muỗng cà phê tỏi băm
1½ muỗng cà phê gia vị Creole
½ muỗng cà phê tiêu đen xay
2 quả trứng, đánh nhẹ
½ chén bột mì đa dụng
½ chén dầu thực vật, để chiên
12 bánh trượt

HƯỚNG DẪN

Cho khoảng 3/4 số tôm vào máy xay sinh tố hoặc máy xay thực phẩm và xay cho đến khi tôm được xay nhuyễn. Đặt tôm đất vào một tô trộn lớn.

Băm nhỏ phần tôm còn lại, cho vào tô cùng với tôm xay. Thêm hành lá, tỏi, gia vị Creole và hạt tiêu đen. Trộn đều.

Đổ trứng đã đánh vào và dùng tay hoặc dụng cụ nhà bếp để trộn.

Rắc bột mì và trộn cho đến khi nó được kết hợp tốt.

Tạo thành 12 miếng chả từ hỗn hợp tôm và đặt sang một bên.

Rưới dầu thực vật vào chảo lớn trên lửa vừa. Khi dầu nóng, bắt đầu cho tôm vào, mỗi lần từ 3 đến 4 miếng chả. Nấu mỗi bên trong 5 phút cho đến khi vàng nâu.

Đặt các miếng chả tôm lên bánh bao và để khách thêm lớp phủ mà họ muốn.

13. Creole thịt lợn và tôm cuộn trứng

Thực hiện: 12 phần ăn

THÀNH PHẦN

½ pound thịt lợn xay
¼ chén hành tím xắt nhỏ
2 muỗng canh ớt chuông xanh thái hạt lựu
1 muỗng cà phê tỏi băm
2½ muỗng cà phê gia vị Creole
½ pound tôm sống loại vừa, bóc vỏ, bỏ chỉ và băm nhỏ
1 gói bánh tráng cuốn trứng
1 quả trứng, đánh tan, để cuộn kín
2 chén dầu thực vật, để chiên ngập dầu

HƯỚNG DẪN

Trong một cái chảo lớn trên lửa vừa, làm nâu thịt lợn xay. Sau khi chín vàng, chắt hết mỡ ra khỏi chảo cho vào lọ và bỏ đi.

Thêm hành, ớt, tỏi và gia vị Creole. Nấu cho đến khi hành tây và ớt mềm, sau đó thêm tôm và nấu thêm 2 phút nữa. Tắt lửa.

Đặt lá trứng cuộn lên mặt phẳng, cho nhân lên trên rồi cuộn lại. Phết trứng lên các đường nối để giúp cuộn kín.

Đổ dầu thực vật vào nồi chiên sâu hoặc chảo sâu lòng. Chiên trứng cuộn cho đến khi chúng có màu vàng đẹp mắt.

Để nguội trên giá dây, sau đó dùng với nước chấm yêu thích của bạn.

14. <u>ớt chiên chanh Cánh</u>

Thực hiện: 4 phần ăn

THÀNH PHẦN

¼ chén nước cốt chanh
2 pound cánh gà
2 muỗng cà phê bột tỏi, chia
2 muỗng cà phê bột hành tây, chia
1 muỗng cà phê gia vị Old Bay
1½ chén bột mì đa dụng
2 muỗng cà phê tiêu chanh
1 muỗng cà phê mảnh mùi tây khô (tùy chọn)
2 chén dầu thực vật, để chiên ngập dầu

HƯỚNG DẪN

Trong một bát trộn lớn, đổ nước cốt chanh lên gà, sau đó nêm gà với 1 thìa cà phê bột tỏi, 1 thìa cà phê bột hành tây và Gia vị Old Bay. Sử dụng tay của bạn để lật gà và đảm bảo rằng nó được phủ đều gia vị.

Trong một bát cỡ vừa, thêm bột mì, 1 thìa cà phê bột tỏi còn lại và 1 thìa cà phê bột hành tây, tiêu chanh và rau mùi tây. Dùng tay hoặc dụng cụ để đảm bảo gia vị được phân phối đều khắp bột. Lăn cánh gà qua bột mì đã pha, để ra đĩa.

Trong nồi chiên sâu hoặc chảo của bạn, đổ dầu vào. Đun nóng dầu đến 350 đến 360 độ F. Đặt gà vào dầu nóng và chiên cho đến khi vàng. Để đảm bảo hoàn thành, hãy dùng dao hoặc nĩa nhỏ đâm xuyên qua xương gà. Nếu không thấy máu là gà đã chín.

Đặt gà lên khay hoặc đĩa nướng có lót khăn giấy trong 2 phút để hơi nguội. Ăn kèm với chanh hoặc nước chấm yêu thích của bạn.

15. Cay Ngô Nhúng

Thực hiện: 6 phần ăn

THÀNH PHẦN

1 muỗng canh dầu ô liu siêu nguyên chất
½ pound xúc xích Ý cay
1 củ hành đỏ vừa, thái hạt lựu
1 quả ớt chuông đỏ lớn, thái hạt lựu
1 cốc kem chua
4 ounce pho mát kem, ở nhiệt độ phòng
4 cốc ngô đông lạnh, rã đông
½ chén hành lá xắt nhỏ
1 quả jalapeño lớn, thái hạt lựu
4 tép tỏi, băm nhỏ
1 muỗng canh rau mùi xắt nhỏ
2 muỗng cà phê gia vị Creole
1 muỗng cà phê tiêu đen xay
1 chén phô mai cheddar bào nhỏ, chia
1 chén phô mai Colby Jack cắt nhỏ, chia
Dầu thực vật, để bôi trơn

HƯỚNG DẪN

Làm nóng lò ở 350 độ F.

Trong một cái chảo lớn trên lửa vừa, đun nóng dầu. Thêm xúc xích Ý và nấu cho đến khi nó có màu nâu. Cho hành tây và ớt chuông vào. Nấu cho đến khi chúng mềm.

Thêm kem chua và pho mát kem. Khuấy cho đến khi kết hợp tốt, sau đó thêm ngô, hành lá, ớt jalapeño, tỏi và ngò. Tiếp tục khuấy các thành phần cho đến khi mọi thứ được kết hợp tốt. Rắc gia vị Creole, hạt tiêu đen, ½ chén phô mai cheddar và ½ chén phô mai Colby Jack. Trộn đều.

Phết nhẹ một đĩa nướng, sau đó thêm hỗn hợp ngô vào. Phủ phô mai còn lại lên trên và nướng, không đậy nắp, trong 20 phút. Làm mát một chút trước khi phục vụ.

16. Cua ác quỷ Trứng với thịt xông khói

Thực hiện: 14 phần ăn

THÀNH PHẦN

7 quả trứng luộc
⅓ chén sốt mayonaise
1 muỗng cà phê mù tạt vàng
6 ounces thịt cua nấu chín, cộng thêm để trang trí
1 muỗng canh thì là
1 muỗng canh hành băm
1 muỗng cà phê tỏi băm
1½ muỗng cà phê gia vị Old Bay
5 lát thịt xông khói nấu chín, xắt nhỏ
Rau mùi tây tươi xắt nhỏ (tùy chọn)

HƯỚNG DẪN

Trứng bóc vỏ, sau đó cắt trứng theo chiều dọc. Múc lòng đỏ ra và đặt chúng vào một bát trộn vừa. Nghiền lòng đỏ bằng nĩa cho đến khi chúng đẹp và mịn như kem. Thêm sốt mayonnaise và mù tạt, và trộn cho đến khi kết hợp tốt. Đặt sang một bên.

Cẩn thận chọn thịt cua để chắc chắn rằng không có bất kỳ vỏ nào. Sau đó thêm thịt cua vào hỗn hợp lòng đỏ, tiếp theo là gia vị, hành tây, tỏi và Gia vị Old Bay. Trộn các thành phần với nhau.

Nhồi trứng với hỗn hợp, sau đó cho thịt xông khói thái lát và mùi tây lên trên. Trang trí thêm cua.

17. Cánh gà tây Buffalo sốt phô mai xanh

Thực hiện: 4 phần ăn

THÀNH PHẦN

Dầu thực vật, để bôi trơn
1 muỗng canh bột nêm
1 muỗng canh bột tỏi
1 muỗng canh bột hành
1 muỗng canh ớt bột
1½ muỗng cà phê tiêu đen xay
1 muỗng cà phê muối cần tây
2 pound cánh gà tây, căn hộ và trống tách ra
3 muỗng canh dầu ô liu
¼ chén bơ mặn, tan chảy
½ chén nước sốt nóng
Sốt phô mai xanh

HƯỚNG DẪN

Làm nóng lò ở nhiệt độ 325 độ F và bôi nhẹ một đĩa nướng 9 x 13 inch.

Trong một bát nhỏ, kết hợp muối gia vị, bột tỏi, bột hành, ớt bột, tiêu đen và muối cần tây. Trộn đều, sau đó đặt sang một bên.

Đặt cánh gà tây vào đĩa nướng và rưới dầu ô liu lên chúng. Xoa dầu khắp cánh để đảm bảo rằng chúng được phủ đều. Rắc hỗn hợp gia vị lên khắp mặt trước và mặt sau của cánh.

Đậy đĩa nướng bằng giấy nhôm và nướng trong 1 giờ 35 phút. Sau đó lấy ra khỏi lò, phết cánh bằng nước nhỏ giọt trong lò và đặt sang một bên.

Kết hợp bơ tan chảy và nước sốt nóng. Trộn đều, sau đó đổ khắp cánh. Đặt cánh trở lại lò nướng, không đậy nắp và nướng thêm 1 giờ 30 phút nữa.

Lấy ra khỏi lò. Phục vụ với nước sốt phô mai xanh để khách dùng làm đồ nhúng.

18. Nạp vào nhúng khoai tây nướng

Thực hiện: 8 ĐẾN 10 Khẩu phần

THÀNH PHẦN

7 củ khoai tây nướng khổng lồ
1½ chén kem chua
½ chén (1 que) bơ mặn, để mềm
4 ounce pho mát kem
2 chén phô mai cheddar cắt nhỏ, chia
8 lát thịt xông khói cắt dày, nấu chín và vụn, chia
½ chén hành lá xắt nhỏ, chia
2 muỗng cà phê bột tỏi
2 muỗng cà phê muối kosher
1 muỗng cà phê tiêu đen xay
Dầu thực vật, để bôi trơn

HƯỚNG DẪN

Làm nóng lò ở nhiệt độ 375 độ F. Trong khi lò đang nóng lên, hãy rửa và chà khoai tây dưới vòi nước mát.

Đặt khoai tây vào đĩa hầm và nướng trong khoảng 65 phút, sau đó lấy ra khỏi lò. Để khoai nguội. Giảm nhiệt độ lò xuống 350 độ F.

Trong một bát trộn lớn, bắt đầu múc thịt khoai tây ra. Thêm kem chua, bơ và pho mát kem, và trộn cho đến khi kết hợp tốt. Rắc 1 chén phô mai vụn, một nửa số thịt xông khói vụn và tất cả trừ 1 muỗng canh hành lá. Khuấy để kết hợp, sau đó thêm bột tỏi, muối và hạt tiêu. Trộn các thành phần với nhau.

Tra dầu nhẹ vào đĩa nướng 9 x 13 inch. Thêm hỗn hợp khoai tây và làm mịn nó. Rắc phần phô mai còn lại, thịt xông khói còn lại và hành lá còn lại lên trên món nhúng.

Nướng trong lò, không đậy nắp, trong 30 phút. Phục vụ với khoai tây chiên yêu thích của bạn.

19. Cải bẹ xanh với thịt heo muối

Thực hiện: 8 ĐẾN 10 Khẩu phần

THÀNH PHẦN

12 ounce thịt lợn muối, thái lát
1 củ hành vàng vừa, thái hạt lựu
10 đến 12 chén nước luộc rau
3 bó cải xanh, làm sạch và cắt
6 bó củ cải xanh, làm sạch và cắt
2 thìa cà phê muối nêm
1 muỗng cà phê tiêu đen thô
1 muỗng cà phê hạt tiêu đỏ
1 muỗng canh đường nâu
2 củ cải vừa, bóc vỏ và thái nhỏ

HƯỚNG DẪN

Trong một nồi lớn trên lửa vừa, thêm các lát thịt lợn muối. Nấu trong 5 đến 7 phút, hoặc cho đến khi nó có màu nâu, sau đó thêm hành tây. Nấu thêm 2 phút nữa.
Đổ nước luộc rau vào và từ từ cho rau xanh vào. Khi tất cả các loại rau xanh đã ở trong nồi, hãy rắc muối nêm, hạt tiêu đen và hạt tiêu đỏ. Khuấy đều mọi thứ và thêm đường.
Giảm nhiệt xuống mức trung bình thấp, đậy nắp lên trên nồi và để rau xanh sôi trong khoảng 1 tiếng rưỡi.
Sau khi thời gian trôi qua, thêm củ cải xắt nhỏ và nấu thêm 30 phút nữa. Ăn kèm với bánh ngô.

20. Om Bắp cải hun khói Thổ Nhĩ Kỳ

Thực hiện: 6 phần ăn

THÀNH PHẦN

8 chén nước dùng gà

1 cánh gà tây hun khói lớn

2 muỗng canh dầu ô liu nguyên chất 1 củ hành tây vàng lớn, thái hạt lựu

1 đầu bắp cải xanh lớn, rửa sạch, thái nhỏ và loại bỏ lá bên ngoài

2 thìa cà phê muối nêm

½ muỗng cà phê tiêu đen xay

½ muỗng cà phê hạt tiêu đỏ

HƯỚNG DẪN

Trong một cái nồi lớn trên lửa lớn, thêm nước dùng gà và cánh gà tây hun khói. Đậy nắp nồi và đun sôi cánh gà tây cho đến khi nó bắt đầu rơi ra khỏi xương, thường là khoảng 45 phút.

Trong một cái chảo vừa trên lửa vừa, cho dầu ô liu vào. Thêm hành tây và nấu cho đến khi mềm, khoảng 3 phút. Tắt lửa, sau đó đặt sang một bên.

Tháo nắp nồi có cánh gà tây và thêm bắp cải và hành tây. Rắc muối, hạt tiêu và mảnh ớt đỏ. Khuấy. Nấu bắp cải trong khoảng 20 phút hoặc cho đến khi bắp cải đạt được độ mềm ưa thích của bạn.

21. Chiên Dưa muối

Thực hiện: 4 phần ăn

THÀNH PHẦN

1 (16-ounce) lọ dưa chua thì là, để ráo nước
1 chén bột ngô vàng
1 chén bột mì tự nở
1 muỗng cà phê muối nêm
½ muỗng cà phê tiêu đen xay
½ muỗng cà phê ớt bột
½ muỗng cà phê ớt cayenne
2 quả trứng, đánh tan
¾ chén dầu thực vật, để chiên

HƯỚNG DẪN

Thấm khô các miếng dưa muối, sau đó đặt chúng lên khay nướng có lót khăn giấy.

Trong một bát lớn, kết hợp bột ngô, bột mì, muối nêm, hạt tiêu đen, ớt bột và ớt cayenne. Trộn cho đến khi kết hợp tốt.

Phủ trứng lên các miếng dưa chua bằng cách nhúng chúng vào. Hãy nhớ rũ bỏ phần thừa. Sau đó ném các miếng dưa chua vào hỗn hợp bột và đảm bảo rằng chúng được tráng kỹ. Lắc bỏ bột thừa và đặt khoai tây chiên trở lại khay nướng.

Trong một chiếc chảo lớn, làm nóng dầu thực vật đến khoảng 350 độ F. Cho dưa chua bào vào và đảm bảo không để quá nhiều chảo. Chiên khoai tây chiên cho đến khi chúng có màu vàng đẹp mắt, từ 2 đến 3 phút.

Dùng thìa có rãnh vớt vụn ra khỏi dầu và để nguội trên giá dây. Phục vụ với nước chấm yêu thích của bạn.

22. cá hồi croquettes

Thực hiện: 6 phần ăn

THÀNH PHẦN

1 (14,75-ounce) lon cá hồi, để ráo nước
1 củ hành tây nhỏ, thái hạt lựu
1 quả trứng
½ chén vụn bánh mì khô
1½ muỗng cà phê bột tỏi
1 muỗng cà phê muối nêm
1 thìa cà phê nước cốt chanh
½ muỗng cà phê tiêu đen xay
½ chén dầu thực vật

HƯỚNG DẪN

Trong một bát trộn lớn, kết hợp cá hồi, hành tây, trứng, vụn bánh mì, bột tỏi, muối nêm, nước cốt chanh và hạt tiêu đen. Trộn các thành phần cho đến khi mọi thứ được kết hợp tốt. Tạo thành hỗn hợp cá hồi thành miếng, sau đó đặt sang một bên.

Trong một cái chảo lớn trên lửa vừa, đổ dầu vào. Khi dầu nóng, cho vài miếng chả vào và chiên khoảng 5 phút mỗi mặt cho đến khi vàng và đẹp. Phục vụ và thưởng thức cho bữa sáng, bữa trưa hoặc bữa tối!

23. Nhồi hải sản Ớt

Thực hiện: 6 phần ăn

THÀNH PHẦN

2 muỗng canh dầu thực vật, cộng thêm dầu mỡ
3 quả ớt chuông xanh lớn, bổ đôi theo chiều dọc và bỏ hạt
6 ounce hỗn hợp nước xốt bánh ngô mua ở cửa hàng, không gia vị
⅔ chén hành lá xắt nhỏ
½ chén thịt cua, nấu chín
½ chén thịt tôm, nấu chín
1 quả trứng
1½ muỗng cà phê gia vị Creole
1 muỗng cà phê tỏi băm
4 muỗng canh bơ mặn, tan chảy
2 chén hải sản hoặc thịt gà

HƯỚNG DẪN

Làm nóng lò ở nhiệt độ 350 độ F. Phết dầu nhẹ vào đĩa nướng có kích thước 9 x 13 inch và đặt ớt chuông vào đĩa. Rưới dầu lên ớt, đặt đĩa nướng vào lò nướng và nấu cho đến khi chúng có màu hơi nâu. Lấy ớt ra khỏi lò và đặt sang một bên.

Trong một bát lớn, trộn hỗn hợp nước xốt, hành lá, cua, tôm, trứng, gia vị Creole và tỏi. Trộn cho đến khi mọi thứ được kết hợp tốt, sau đó thêm bơ tan chảy và kho. Khuấy hỗn hợp, sau đó để yên trong 10 phút để hỗn hợp nước sốt bánh ngô có thể hấp thụ tất cả các hương vị.

Xếp ớt úp mặt vào đĩa nướng và nhồi chúng với hỗn hợp nước xốt hải sản. Đặt ớt vào lò nướng và nấu trong 30 đến 35 phút. Để nguội trước khi phục vụ.

MÓN ĂN PHỤ

24. Đậu xanh , khoai tây và thịt xông khói

Thực hiện: 6 phần ăn

THÀNH PHẦN

1 pound thịt xông khói kết thúc, xắt nhỏ
1 pound khoai tây đỏ non, cắt làm đôi hoặc làm tư
1 pound đậu xanh tươi
3 chén nước luộc gà
1 củ hành vàng vừa, xắt nhỏ
1 hạt tiêu jalapeño lớn, xắt nhỏ (tùy chọn)
1½ muỗng canh tỏi băm
½ muỗng cà phê hạt tiêu đen nứt

HƯỚNG DẪN

Thêm tất cả nguyên liệu vào nồi nấu chậm 6 lít. Bật nồi nấu chậm ở nhiệt độ cao và đậy nắp. Nấu trong 4 giờ, sau đó phục vụ.

25. Bánh cà chua phô mai

Thực hiện: 8 phần ăn

THÀNH PHẦN

Dầu thực vật, để bôi trơn
3 muỗng canh dầu ô liu siêu nguyên chất
1 củ hành vàng lớn, thái hạt lựu
2 pound cà chua roma , thái hạt lựu
2 muỗng canh húng quế tươi xắt nhỏ
2 muỗng cà phê muối kosher
1 muỗng cà phê húng tây tươi xắt nhỏ
½ muỗng cà phê tiêu đen xay
2 chén sốt mayonaise
2 chén phô mai cheddar bào nhỏ
1 chén phô mai Havarti cắt nhỏ
2½ tay bánh quy giòn Ritz, nghiền nát, chia nhỏ

HƯỚNG DẪN

Làm nóng lò ở nhiệt độ 350 độ F. Thoa dầu nhẹ lên đĩa nướng 9 x 13 inch.

Trong một chảo xào lớn trên lửa vừa và cao, cho dầu ô liu vào. Khi dầu nóng, thêm hành tây và nấu cho đến khi mềm, 3 đến 5 phút.

Tiếp theo, thêm cà chua, húng quế, muối, húng tây và hạt tiêu. Khuấy. Nấu trong 15 phút, sau đó tắt bếp và đặt chảo sang một bên.

Trong một bát trộn lớn, kết hợp sốt mayonnaise, cheddar và Havarti Để qua một bên.

Trong đĩa nướng, rắc ⅓ bánh quy giòn Ritz đã nghiền nát (để dành 1 cốc cho lớp trên cùng!). Hãy chắc chắn rằng nó được trải đều ở phía dưới. Đổ một nửa hỗn hợp cà chua lên trên bánh quy giòn Ritz. Lặp lại các lớp.

Trên cùng các lớp với hỗn hợp mayonnaise và phô mai và làm mịn. Rắc 1 chén Ritz nghiền nát còn lại lên trên. Nướng không đậy nắp trong 45 phút. Lấy ra khỏi lò và để yên trong 15 phút trước khi ăn.

26. Đồ ăn mì ống và phô mai

Thực hiện: 12 phần ăn

THÀNH PHẦN

1 muỗng cà phê muối kosher, để luộc mì ống
1 pound mì ống khuỷu tay chưa nấu chín
4 muỗng canh bơ không ướp muối
2 muỗng canh bột mì đa dụng
1½ chén rưỡi
1 cốc sữa cô đặc
4 ounce pho mát kem
8 ounces phô mai Gouda, cắt nhỏ hoặc cắt khối
8 ounce phô mai Havarti, cắt nhỏ hoặc cắt khối
1 muỗng cà phê muối nêm hoặc muối kosher
1 muỗng cà phê ớt bột hun khói
1 muỗng cà phê bột hành
1 muỗng cà phê bột tỏi
½ muỗng cà phê hạt tiêu đen mới nứt
8 ounces phô mai cheddar sắc nét, cắt nhỏ
4 ounce phô mai mozzarella, cắt nhỏ
4 ounces phô mai Colby Jack, cắt nhỏ

HƯỚNG DẪN

Làm nóng lò ở 350 độ F.

Trong một cái nồi lớn trên lửa lớn, đổ khoảng 2 lít nước và rắc muối kosher vào. Đun sôi nước, sau đó thêm mì ống. Nấu mì ống cho đến khi chín mềm (chín nhưng vẫn còn cứng), sau đó vớt mì ra và xả dưới vòi nước mát. Cho mì trở lại stockpot và đặt sang một bên.

Đặt một cái chảo lớn trên lửa vừa, sau đó cho bơ vào. Đun chảy bơ hoàn toàn, sau đó rắc bột mì vào. Đánh đều các nguyên liệu cho đến khi chúng hòa quyện vào nhau, sau đó đổ sữa đặc và sữa đặc vào. Đánh đều nguyên liệu và tiếp tục nấu trên lửa vừa trong khoảng 3 phút.

Giảm nhiệt xuống thấp, sau đó thêm pho mát kem, Gouda và Havarti. Khuấy hỗn hợp cho đến khi phô mai tan chảy và bạn có nước sốt phô mai béo ngậy. Rắc hạt nêm, ớt bột, bột hành, bột tỏi và tiêu. Trộn cho đến khi kết hợp tốt.

Đổ nước sốt phô mai lên mì ống macaroni trong stockpot. Khuấy mọi thứ cho đến khi nó được kết hợp tốt, sau đó đổ một nửa hỗn hợp mì ống và pho mát vào đĩa nướng 9 x 13 inch. Rắc một nửa phô mai cheddar, mozzarella và Colby Jack sắc nét lên trên mac và pho mát. Tiếp theo, thêm mì ống và phô mai còn lại vào đĩa nướng và phủ lên trên bằng phô mai còn lại.
Nướng mì ống và phô mai trong 25 đến 30 phút. Lấy ra khỏi lò và để yên trong 5 đến 10 phút trước khi ăn.

27. sến quất Những quả khoai tây

Thực hiện: 8 ĐẾN 10 Khẩu phần

THÀNH PHẦN

9 đến 10 củ khoai tây nâu vừa, rửa sạch, gọt vỏ và cắt nhỏ
6 chén nước dùng gà
6 muỗng canh bơ mặn
1 chén rưỡi
1½ chén phô mai cheddar bào nhỏ
2 muỗng cà phê muối kosher
½ muỗng cà phê tiêu đen xay

HƯỚNG DẪN

Trong một nồi lớn trên lửa lớn, thêm khoai tây xắt nhỏ và nước dùng gà. Luộc cho đến khi khoai tây mềm và đẹp mắt, thường là 15 phút. Xả nước dùng từ khoai tây.

Trong một bát lớn, đánh khoai tây bằng máy đánh trứng hoặc máy trộn cầm tay cho đến khi chúng đẹp và không bị vón cục. Thêm bơ và nửa rưỡi. Khuấy các thành phần cho đến khi mọi thứ được kết hợp tốt.

Rắc phô mai, muối và hạt tiêu. Khuấy khoai tây cho đến khi chúng đẹp và có màu kem, sau đó dùng.

28. nướng kẹo khoai mỡ

Thực hiện: 6 ĐẾN 8 Khẩu phần

THÀNH PHẦN

5 củ khoai vừa, rửa sạch, gọt vỏ và thái lát dày khoảng ½ inch
½ chén (1 que) bơ mặn
1 chén đường cát
¼ chén đường nâu
1 muỗng cà phê bột quế
½ muỗng cà phê hạt nhục đậu khấu
¼ thìa cà phê đinh hương xay
¼ thìa cà phê gừng xay
1 muỗng canh chiết xuất vani

HƯỚNG DẪN

Làm nóng lò ở nhiệt độ 350 độ F. Trong khay nướng có kích thước 9 x 13 inch, sắp xếp khoai mỡ.

Trong một cái chảo vừa trên lửa vừa, làm tan chảy bơ. Sau khi bơ tan chảy, rắc đường, quế, nhục đậu khấu, đinh hương và gừng. Tắt bếp, trộn đều các nguyên liệu, thêm vani vào và khuấy đều.

Đổ hỗn hợp kẹo lên khoai mỡ và phủ kỹ. Đậy đĩa nướng bằng giấy nhôm và nướng trong 30 phút. Lấy khoai mỡ ra khỏi lò và phết chúng với hỗn hợp kẹo trong đĩa. Sau đó đậy vung lại và nướng thêm 15 đến 20 phút nữa.

Lấy khoai ra khỏi lò và để yên trong khoảng 10 phút. Nướng chúng một lần nữa với hỗn hợp kẹo trước khi phục vụ.

29. ngột ngạt Khoai tây và xúc xích

Thực hiện: 6 phần ăn

THÀNH PHẦN

½ chén dầu thực vật
1 pound xúc xích hun khói, thái lát
6 củ khoai tây vừa, rửa sạch, gọt vỏ và thái lát
1 củ hành vàng lớn, thái lát
1 ớt chuông xanh lớn, thái lát
2 muỗng cà phê bột tỏi
2 muỗng cà phê muối kosher
1 muỗng cà phê tiêu đen xay
¾ chén nước dùng gà
Rau mùi tây tươi xắt nhỏ, để trang trí

HƯỚNG DẪN

Trong một cái chảo lớn trên lửa vừa, đun nóng dầu thực vật. Khi chảo nóng, thêm xúc xích và nấu cho đến khi có màu nâu, 5 đến 7 phút. Vớt xúc xích ra, để ráo dầu trong chảo.

Làm khô khoai tây, sau đó thêm chúng vào chảo. Chiên trong 5 đến 8 phút, hoặc cho đến khi mềm. Khi khoai tây mềm và đẹp, thêm hành tây và ớt chuông. Rắc bột tỏi, muối và hạt tiêu. Khuấy.

Thêm nước dùng gà và ném xúc xích hun khói trở lại chảo. Khuấy các thành phần. Nấu cho đến khi mọi thứ chín mềm và nước dùng ngấm vào khoai tây. Trang trí với rau mùi tây xắt nhỏ.

30. đậu bắp và cà chua

Thực hiện: 6 ĐẾN 8 Khẩu phần

THÀNH PHẦN

2 muỗng canh dầu ô liu
½ củ hành vàng, thái hạt lựu
3 tép tỏi, băm nhỏ
2 lon (14,5 ounce) cà chua thái hạt lựu
1 pound đậu bắp tươi, thái làm tư
1 muỗng canh bơ mặn
1 muỗng canh đường nâu
1½ muỗng cà phê muối kosher
½ muỗng cà phê tiêu đen xay
2 nhánh húng tây tươi
½ chén nước luộc rau
1 muỗng canh bột bắp

HƯỚNG DẪN

Trong một cái chảo lớn trên lửa vừa, cho dầu ô liu vào. Khi dầu nóng, thêm hành tây và nấu trong 5 phút.

Thêm tỏi và nấu trong 1 phút trước khi thêm cà chua thái hạt lựu. Đảm bảo không làm căng cà chua. Bạn muốn nước trái cây là tốt!

Thêm đậu bắp, bơ, đường, muối, hạt tiêu và cỏ xạ hương. Khuấy các thành phần, sau đó nấu trong 20 phút.

Đổ nước luộc rau vào cốc đo chất lỏng, sau đó rắc bột bắp vào. Đánh cho đến khi không còn vón cục và cho vào chảo cùng với đậu bắp và cà chua. Nấu trong 5 phút, sau đó phục vụ và thưởng thức!

31. Đậu Pinto và giăm bông cổ chân

Thực hiện: 8 phần ăn

THÀNH PHẦN

1 miếng giăm bông lớn hoặc cánh gà tây hun khói
7 chén nước
3 chén đậu pinto khô, được phân loại và rửa sạch
1 củ hành vàng vừa, thái hạt lựu
1 muỗng canh tỏi băm
2 thìa cà phê muối nêm
½ muỗng cà phê tiêu đen xay
Hành lá xắt nhỏ, để trang trí (tùy chọn)
2 đến 2½ chén cơm trắng

HƯỚNG DẪN

Thêm chân giò, nước, đậu, hành, tỏi, muối và hạt tiêu vào nồi nấu chậm 6 lít. Đặt ở nhiệt độ cao, đậy nắp và nấu trong 6 giờ.
Sau khi đậu chín, trang trí với hành lá và dùng với cơm.

32. Màu đỏ đậu và gạo

Thực hiện: 6 phần ăn

THÀNH PHẦN

1 (16-ounce) túi đậu đỏ khô, đã phân loại và rửa sạch
6 chén nước dùng gà
2 muỗng canh dầu ô liu siêu nguyên chất
1 pound xúc xích andouille, thái thành
miếng ¼ inch
½ củ hành đỏ vừa, thái hạt lựu
½ quả ớt chuông đỏ vừa, thái hạt lựu
2 tép tỏi, băm nhỏ
2½ muỗng cà phê gia vị Creole
1 muỗng cà phê tiêu đen xay
2 nhánh húng tây tươi
3 chén cơm trắng

HƯỚNG DẪN

Trong một cái nồi lớn trên lửa lớn, đun sôi khoảng 4 cốc nước. Thêm đậu, đậy nắp và tắt lửa. Để đậu ngồi trong 30 phút.

Khi thời gian trôi qua, để ráo nước và đổ nước luộc gà vào nồi cùng với đậu. Vặn lửa ở mức trung bình, đậy nắp và đun nhỏ lửa trong 20 đến 25 phút.

Trong một cái chảo vừa trên lửa vừa, cho dầu ô liu vào. Khi dầu nóng, thêm xúc xích và nấu cho đến khi chín vàng, 5 đến 7 phút. Thêm hành tây và hạt tiêu, nấu trong 2 phút. Thêm tỏi. Đun thêm 5 phút nữa thì tắt bếp.

Cho lạp xưởng, hành, tiêu, tỏi vào nồi cùng với đậu. Rắc gia vị Creole và hạt tiêu đen, và cho cỏ xạ hương vào. Khuấy các thành phần và đun nhỏ lửa trong 1 giờ 30 phút. Nhớ thỉnh thoảng khuấy trong khi đậu đang nấu để đậu không bị cháy dưới đáy! Sau khi hoàn thành, phục vụ với cơm trắng.

33. Đậu Lima

Thực hiện: 6 phần ăn

THÀNH PHẦN

1 (16-ounce) đậu lima khô lớn và rửa sạch
½ pound thịt xông khói cắt dày
½ củ hành vàng vừa, thái hạt lựu
1 muỗng canh tỏi băm
6 chén nước dùng gà
2 muỗng cà phê đường cát
2 muỗng cà phê muối kosher
½ muỗng cà phê tiêu đen xay
Rau mùi tây tươi xắt nhỏ, để trang trí

HƯỚNG DẪN

Trong một nồi kho lớn ở nhiệt độ cao, thêm đậu và khoảng 6 cốc nước. Khi nước bắt đầu sôi, tắt lửa và để đậu lima ngâm trong 30 phút. Sau đó chắt hết nước ra khỏi nồi và đặt đậu sang một bên.
Trong một cái chảo lớn trên lửa vừa và cao, nấu thịt xông khói cho đến khi nó đẹp và giòn. Lấy thịt xông khói ra khỏi chảo nhưng vẫn để thịt xông khói nhỏ giọt trong chảo. Thêm hành tây và nấu cho đến khi mềm. Thêm tỏi và nấu thêm 2 phút nữa thì tắt bếp.
Đặt nồi với đậu lima trên lửa vừa và đổ nước luộc gà vào. Cho hành và tỏi vào nồi, đảo đều. Nghiền trong thịt xông khói, sau đó rắc đường, muối và hạt tiêu. Khuấy các thành phần và đậy nắp nồi bằng nắp.
Đun nhỏ lửa ở nhiệt độ trung bình cao trong 35 đến 45 phút hoặc cho đến khi đậu mềm và có màu kem. Trang trí với mùi tây và dùng riêng hoặc dùng với cơm.

34. nướng đậu

Thực hiện: 6 ĐẾN 8 Khẩu phần

THÀNH PHẦN

1 muỗng canh dầu thực vật, cộng thêm dầu mỡ
½ pound xúc xích hun khói, thái hạt lựu
½ củ hành đỏ, thái hạt lựu
1 ớt chuông xanh vừa, thái hạt lựu
1 (28-ounce) lon thịt lợn và đậu
¼ chén nước sốt cà chua
¼ chén đường nâu
2 muỗng canh mù tạt vàng
2 muỗng canh xi-rô phong
2 muỗng canh mật mía
1 muỗng canh sốt Worrouershire

HƯỚNG DẪN

Làm nóng lò ở nhiệt độ 350 độ F. Thoa dầu nhẹ lên đĩa nướng 9 x 13 inch.

Trong một cái chảo lớn trên lửa vừa và cao, cho dầu thực vật vào. Thêm xúc xích hun khói và nấu cho đến khi nó có màu nâu. Thêm hành tây và ớt chuông. Nấu cho chín mềm thì tắt bếp.

Trong món nướng, thêm thịt lợn và đậu. Tiếp theo, thêm xúc xích, hành tây, ớt chuông, sốt cà chua, đường, mù tạt, xi-rô cây thích, mật mía và sốt Worcestershire. Trộn cho đến khi kết hợp tốt. Nướng không đậy nắp trong 1 giờ, sau đó phục vụ.

35. bánh ngô Cách ăn mặc

Thực hiện: 8 ĐẾN 10 Khẩu phần

THÀNH PHẦN

Dầu thực vật, để bôi trơn
2 muỗng canh dầu ô liu siêu nguyên chất
1 củ hành vàng lớn, thái hạt lựu
3 nhánh cần tây, xắt nhỏ
5 tép tỏi, băm nhỏ
5 lá xô thơm tươi, thái nhỏ
1 mẻ bánh ngô
1 bánh Ritz hoặc bánh quy mặn
4 đến 6 chén nước dùng gà
1 (14-ounce) lon kem súp gà
3 quả trứng, đánh nhẹ
2 thìa cà phê muối nêm
1 muỗng cà phê tiêu đen thô
1 muỗng cà phê cỏ xạ hương khô

HƯỚNG DẪN

Làm nóng lò ở nhiệt độ 350 độ F. Thoa dầu nhẹ lên đĩa nướng 9 x 13 inch.
Trong một chảo chống dính lớn trên lửa vừa, cho dầu ô liu vào. Khi dầu nóng, thêm hành tây, cần tây và tỏi. Nấu cho đến khi đẹp và mềm. Quăng cây xô thơm và nấu thêm 2 phút nữa. Tắt lửa.
Trong một bát trộn lớn, nghiền nát bánh ngô và bánh quy giòn. Thêm rau nấu chín, nước dùng gà, kem súp gà và trứng. Trộn đều. Rắc muối, hạt tiêu và húng tây và trộn lại.
Trong món nướng, đổ hỗn hợp nước sốt vào. Nướng không đậy nắp trong khoảng 45 phút. Làm mát một chút trước khi phục vụ.

36. Succotash

Thực hiện: 6 phần ăn

THÀNH PHẦN

1 pound đậu lima đông lạnh, rã đông
3 chén nước luộc rau
8 lát thịt xông khói cắt dày
2 chén ngô đông lạnh hoặc tươi
½ củ hành đỏ vừa, thái hạt lựu
½ quả ớt chuông xanh vừa, thái hạt lựu
½ quả ớt chuông đỏ vừa, thái hạt lựu
2 thìa cà phê muối nêm
½ muỗng cà phê tiêu đen xay
¼ muỗng cà phê hạt tiêu đỏ
3 quả cà chua nhỏ , thái hạt lựu

HƯỚNG DẪN

Trong một nồi vừa trên lửa lớn, đun sôi đậu lima và nước luộc rau. Luộc đậu lima trong khoảng 10 phút, sau đó vớt đậu ra khỏi nước dùng và đặt sang một bên. Hãy chắc chắn để dự trữ 1 chén nước dùng.

Đặt một chảo xào lớn trên lửa vừa và thêm thịt xông khói. Chiên thịt xông khói cho đến khi giòn và đẹp mắt, sau đó lấy ra khỏi chảo. Để lại chất béo phía sau.

Trong cùng một chảo, thêm ngô và chiên trong khoảng 5 phút, sau đó thêm hành tây và ớt chuông. Chiên thêm khoảng 2 phút nữa. Thêm muối gia vị, hạt tiêu đen và hạt tiêu đỏ. Khuấy đều các nguyên liệu, sau đó cho đậu lima vào và để riêng 1 chén nước luộc rau.

Cắt nhỏ thịt xông khói mà bạn đã nấu trước đó và cho vào chảo. Nấu thêm 5 phút nữa thì cho cà chua vào. Khuấy đều mọi thứ trước khi phục vụ.

37. Ngọt bánh ngô

Thực hiện: 10 ĐẾN 12 Khẩu phần

THÀNH PHẦN

½ chén dầu thực vật, cộng thêm dầu mỡ
3 chén bột mì đa dụng
1 chén bột ngô vàng
1 chén đường cát
½ chén đường nâu
1 muỗng canh bột nở
1 muỗng cà phê muối kosher
4 quả trứng vừa
2½ cốc sữa nguyên chất
1 chén (2 que) bơ mặn, làm mềm

HƯỚNG DẪN

Làm nóng lò ở nhiệt độ 350 độ F. Tra dầu nhẹ vào đĩa nướng 9 x 13 inch hoặc chảo gang 12 inch.

Trong một bát trộn lớn, kết hợp bột mì, bột ngô, đường, bột nở và muối. Sau khi các thành phần khô được kết hợp tốt, thêm trứng, sữa, bơ và dầu thực vật. Trộn tất cả mọi thứ cho đến khi nó được kết hợp.

Đổ bột bánh ngô vào đĩa nướng hoặc chảo và nướng trong 35 đến 40 phút. Ăn với đậu đỏ và cơm.

38. Im lặng chó con

Sản xuất: 24 HUSH PUPPIES

THÀNH PHẦN

1 chén bột ngô vàng
1 chén bột mì tự nở
2 muỗng canh đường cát
1 muỗng cà phê bột tỏi
½ muỗng cà phê muối kosher
½ muỗng cà phê ớt cayenne
1 củ hành vàng nhỏ, thái hạt lựu
3 đến 4 củ hành lá, thái hạt lựu
1 cốc bơ sữa
1 quả trứng
2 chén dầu thực vật, để chiên ngập dầu

HƯỚNG DẪN

Trong một bát lớn, kết hợp bột ngô, bột mì, đường, bột tỏi, muối và ớt cayenne. Đánh cho đến khi mọi thứ không còn vón cục, sau đó thêm hành tây, sữa bơ và trứng. Trộn các thành phần cho đến khi kết hợp tốt, nhưng không trộn quá nhiều.

Trong một stockpot lớn trên lửa vừa, thêm dầu. Sau khi dầu nóng, bắt đầu múc khoảng 2 thìa bột, cho 4 đến 5 chú chó con im lặng một lúc. Chiên những chú chó con im lặng cho đến khi chúng có màu nâu vàng đẹp mắt, từ 3 đến 4 phút. Lấy chúng ra khỏi dầu và đặt chúng lên đĩa có lót khăn giấy trước khi ăn.

39. gạo đỏ

Thực hiện: 8 ĐẾN 12 Khẩu phần

THÀNH PHẦN

Dầu thực vật, để bôi trơn
1 pound thịt xông khói, xắt nhỏ
1 pound xúc xích hun khói, thái lát
viên đạn ½ inch
1 củ hành đỏ lớn, thái hạt lựu
1 ớt chuông xanh lớn, thái hạt lựu
3 chén nước luộc gà
6 ounce bột cà chua
1 muỗng canh đường nâu
2½ muỗng cà phê muối nêm
2 muỗng cà phê bột tỏi
1 muỗng cà phê tiêu đen xay
2 chén cơm chưa nấu chín
1 bó hành lá, xắt nhỏ

HƯỚNG DẪN

Làm nóng lò ở nhiệt độ 350 độ F. Thoa dầu nhẹ vào đĩa thịt hầm 4 lít.

Trong một nồi kho lớn trên lửa vừa, nấu thịt xông khói cho đến khi nó đẹp và sắc nét. Lấy thịt xông khói ra khỏi nồi và đặt sang một bên, nhưng nhớ để lại phần thịt xông khói nhỏ giọt phía sau. Thêm xúc xích hun khói vào nồi và nấu trong khoảng 5 phút. Sau đó cho thịt xông khói trở lại cùng với hành tây và ớt chuông. Nấu cho đến khi mềm, 3 đến 5 phút.

Thêm nước dùng gà, bột cà chua và đường. Khuấy cho đến khi kết hợp tốt, sau đó rắc muối nêm, bột tỏi và hạt tiêu đen. Thêm gạo và khuấy một lần nữa. Đun nhỏ lửa trong 15 phút ở nhiệt độ trung bình cao.

Trong món hầm, thêm hỗn hợp gạo đỏ. Đậy nắp và cho vào lò nướng trong 35 đến 40 phút. Sau khi hoàn thành, lấy ra khỏi lò, mở nắp và khuấy. Để nguội và rắc hành lá lên trên trước khi ăn.

40. Kéo- Ngoài Men Bánh cuốn

Làm cho: 9 CUỘN LỚN

THÀNH PHẦN

Dầu thực vật, để bôi trơn
1¼ cốc nước ấm, chia
½ chén đường cát
5 muỗng cà phê men khô hoạt tính
½ cốc sữa nguyên chất, ấm
6 chén bột mì đa dụng, cộng với nhiều hơn để nhào
2 muỗng cà phê muối kosher
3 quả trứng, ở nhiệt độ phòng, chia
½ chén bơ không ướp muối, tan chảy

HƯỚNG DẪN

Bôi nhẹ một cái bát lớn và một đĩa nướng 9 x 13 inch.

Trong một bát vừa, kết hợp ¼ cốc nước ấm, đường và men. Trộn và để yên trong 5 phút cho đến khi men sủi bọt. Thêm phần còn lại của nước ấm và sữa ấm, sau đó đặt sang một bên.

Trong một bát lớn, rây bột và muối. Để qua một bên.

Trong một bát nhỏ, đánh nhẹ 2 quả trứng. Thêm trứng đã đánh và hỗn hợp men vào bát với các nguyên liệu khô. Trộn tất cả mọi thứ bằng tay của bạn hoặc sử dụng máy trộn cầm tay có gắn móc trộn bột. Nếu sử dụng máy trộn cầm tay, hãy trộn ở tốc độ thấp.

Nhào bột trên một bề mặt bột nhẹ trong khoảng 10 phút. Đặt bột vào tô mỡ và đậy bằng vải hoặc khăn sạch. Để yên trong 1 tiếng rưỡi ở nơi ấm áp, không có gió lùa.

Khi bột đã nở, đục lỗ ở giữa để loại bỏ không khí. Sau đó, tách và tạo thành 9 cuộn ra khỏi bột. Đặt các cuộn vào đĩa nướng, cách nhau khoảng một inch. Dùng khăn sạch đậy lại và để bột nở trong khoảng 30 đến 45 phút, lúc đó các miếng bột nở ra gấp đôi. Làm nóng lò ở 350 độ F.

Tách lòng đỏ ra khỏi quả trứng còn lại và phết lòng trắng trứng lên trên các cuộn. Nướng trong 15 đến 20 phút, sau đó lấy các cuộn ra khỏi lò và phết một lượng bơ tan chảy mà bạn muốn. Kéo các cuộn ra, phục vụ với nhiều bơ hơn và thưởng thức.

salad và xà lách trộn

41. nướng Thịt gà Cobb Xa lát

Thực hiện: 6 phần ăn

THÀNH PHẦN

CHO VÁY PHÔ MAI XANH:

1 chén sốt mayonaise
½ chén bơ sữa
½ chén kem chua
½ chén vụn phô mai xanh
1 muỗng cà phê sốt Tabasco
¼ muỗng cà phê tiêu đen thô
1 muỗng cà phê ớt bột
1 muỗng cà phê bột tỏi
½ muỗng cà phê muối kosher
½ muỗng cà phê tiêu đen xay
½ muỗng cà phê ớt cayenne
1 pound ức gà cắt mỏng
2 muỗng canh dầu thực vật
4 trái tim romaine, xắt nhỏ
2 quả cà chua roma , xắt nhỏ
¼ chén hành lá xắt nhỏ
6 lát thịt xông khói nấu chín, xắt nhỏ
3 quả trứng luộc chín, thái lát
1 quả bơ jumbo, bóc vỏ và thái lát
½ cốc bánh mì nướng

HƯỚNG DẪN

Trong một bát vừa, kết hợp sốt mayonnaise, bơ sữa và kem chua. Khuấy cho đến khi nó đẹp và mịn. Sau đó thêm vụn phô mai xanh, Tabasco và hạt tiêu đen. Trộn cho đến khi kết hợp tốt và làm lạnh nước sốt phô mai xanh trong tối thiểu 2 giờ.

Trong một bát nhỏ, kết hợp ớt bột, bột tỏi, muối, hạt tiêu đen và ớt cayenne.

Cho gà ra đĩa và rắc hỗn hợp gia vị lên trên. Đặt sang một bên.

Trong một chảo nướng cỡ trung bình trên lửa vừa, cho dầu vào. Khi dầu đã nóng và đẹp, cho thịt gà vào và nấu mỗi bên ức gà trong 8 phút. Lấy ra khỏi chảo và cắt mỏng ức gà.

Trong một bát lớn, thêm rau diếp romaine, sau đó cho cà chua, hành lá, thịt xông khói, trứng và bơ lên trên. Cho bánh mì nướng và thịt gà vào. Phục vụ với nước sốt phô mai xanh.

42. Cua Xa lát cốc

Thực hiện: 4 phần ăn

THÀNH PHẦN

1 pound thịt cua nấu chín, thật hoặc giả
½ chén sốt mayonaise
2 cọng cần tây, thái hạt lựu
1 củ hành đỏ nhỏ, thái hạt lựu
1 quả ớt chuông đỏ nhỏ, thái hạt lựu
1 tép tỏi, băm nhỏ
1 muỗng cà phê gia vị Old Bay
4 lá xà lách romaine nhỏ
2 muỗng canh mùi tây tươi xắt nhỏ

HƯỚNG DẪN

Trong một bát trộn lớn, thêm cua, sốt mayonnaise, cần tây, hành tây, hạt tiêu, tỏi và Gia vị Old Bay. Khuấy các thành phần.
Múc hỗn hợp salad vào lá rau diếp romaine và rắc rau mùi tây xắt nhỏ lên trên trước khi ăn.

43. L ayer ed Con tôm Louie Xa lát

Thực hiện: 10 ĐẾN 12 Khẩu phần

THÀNH PHẦN

3 trái xà lách romaine, xắt nhỏ
1 củ hành đỏ lớn, thái hạt lựu
6 quả trứng luộc chín, bóc vỏ và thái lát
6 quả cà chua nhỏ , xắt nhỏ
3 quả bơ lớn, bóc vỏ và thái lát
3 pound tôm nhỏ nấu chín
2 cốc bánh mì nướng
Sốt salad Nghìn Đảo

HƯỚNG DẪN

Trong một bát lớn, thêm rau diếp. Tiếp theo thêm một lớp hành tây. Sau đó thêm một lớp trứng, một lớp cà chua, một lớp bơ và một lớp tôm. Trên cùng, thêm một lớp croutons. Phục vụ và thưởng thức với Thousand Island hoặc nước sốt salad yêu thích của bạn.

44. Mắt đen Đậu xanh Xa lát

Thực hiện: 6 ĐẾN 8 Khẩu phần

THÀNH PHẦN

2 (14,5-ounce) lon đậu mắt đen, để ráo nước
8 lát thịt xông khói nấu chín, xắt nhỏ
2 quả cà chua roma lớn , xắt nhỏ
1 ớt chuông xanh vừa, thái hạt lựu
½ củ hành đỏ vừa, thái hạt lựu
2 muỗng canh dầu ô liu siêu nguyên chất
2 muỗng cà phê nước sốt nóng
½ muỗng cà phê tiêu đen xay
4 trái tim romaine, xắt nhỏ

HƯỚNG DẪN

Trong một bát lớn, kết hợp đậu mắt đen, thịt xông khói, cà chua, ớt chuông và hành tây.

Trong một bát nhỏ, kết hợp dầu ô liu, nước sốt nóng và hạt tiêu đen. Trộn đều bằng máy đánh trứng.

Rưới hỗn hợp dầu ô liu lên đậu mắt đen. Cho romaine vào, sau đó trộn các nguyên liệu. Phục vụ với nước sốt yêu thích của bạn.

45. Salad khoai tây miền Nam

Thực hiện: 6 ĐẾN 8 Khẩu phần

THÀNH PHẦN

4 củ khoai tây lớn, gọt vỏ và thái nhỏ
3 quả trứng luộc chín, bóc vỏ
¼ chén cần tây thái hạt lựu
¼ chén hành lá xắt nhỏ
1½ muỗng cà phê bột hành tây
1 muỗng cà phê tiêu đen nứt
1 muỗng cà phê muối kosher
1 muỗng cà phê bột tỏi
½ chén sốt mayonaise
¼ chén gia vị ngọt
⅓ chén gia vị thì là
2 muỗng canh mù tạt vàng
2 muỗng canh nước dưa chua thì là
Ớt bột (không bắt buộc)

HƯỚNG DẪN

Trong một cái nồi lớn trên lửa lớn, luộc khoai tây cho đến khi chúng mềm và đẹp mắt, từ 10 đến 15 phút. Sau khi hoàn thành, để ráo nước và để khoai tây nguội trước khi chuyển sang một bát lớn.

Đập trứng vào bát với khoai tây. Thêm cần tây và hành tây, khuấy đều. Rắc bột hành tây, hạt tiêu đen, muối và bột tỏi. Trộn đều, sau đó đặt bát sang một bên.

Trong một bát nhỏ, kết hợp sốt mayonnaise, gia vị, mù tạt và nước dưa chua. Trộn đều, sau đó thêm vào khoai tây. Gấp tất cả các thành phần cho đến khi chúng kết hợp tốt với nhau, đậy nắp và cho vào tủ lạnh cho đến khi món salad khoai tây đẹp và lạnh. Ăn kèm với ớt bột rắc lên trên.

46. Hải sản Mì ống Xa lát

Thực hiện: 10 phần ăn

THÀNH PHẦN

1 muỗng cà phê muối kosher, để luộc mì ống
3 chén mì ống khuỷu tay khô (lớn hay nhỏ đều được)
1 chén sốt mayonaise
¼ chén nước cốt chanh
2 muỗng canh mù tạt vàng
1 muỗng cà phê gia vị Cajun
1 muỗng cà phê gia vị Old Bay
1 muỗng cà phê tỏi băm
1 pound tôm nấu chín, bóc vỏ
1 pound thịt cua giả
¼ chén hành lá xắt nhỏ
⅓ chén cần tây thái hạt lựu
½ chén ô liu đen thái lát
1 muỗng canh mảnh mùi tây khô

HƯỚNG DẪN

Trong một cái nồi vừa trên lửa lớn, đun sôi nước và muối. Thêm mì ống và nấu cho đến khi chín. Xả mì ống sau khi làm xong và xả dưới vòi nước lạnh để dừng quá trình nấu.

Trong một bát lớn, kết hợp sốt mayonnaise, nước cốt chanh và mù tạt. Trộn cho đến khi kết hợp tốt. Sau đó rắc gia vị Cajun, Gia vị Old Bay và tỏi. Trộn đều.

Thêm hải sản và quăng hoặc khuấy trong bát cho đến khi nó được bao phủ bởi nước sốt. Thêm hành tây, cần tây, ô liu và mì ống. Gấp tất cả các nguyên liệu lại, rắc mùi tây khô và gấp lại. Đậy mì ống và làm lạnh ít nhất 1 giờ trước khi ăn.

47. xà lách trộn

Thực hiện: 8 ĐẾN 10 Khẩu phần

THÀNH PHẦN

2 chén sốt mayonaise

¼ chén đường cát (tùy chọn, nếu bạn muốn ngọt)

2 muỗng cà phê mù tạt vàng

2 muỗng cà phê muối kosher

½ muỗng cà phê tiêu đen xay

1 đầu bắp cải xanh lớn, thái nhỏ

2 củ cà rốt lớn, gọt vỏ và thái nhỏ

HƯỚNG DẪN

Trong một bát lớn, kết hợp sốt mayonnaise, đường, mù tạt, muối và hạt tiêu. Trộn cho đến khi kết hợp tốt, sau đó thêm bắp cải thái nhỏ và cà rốt. Quăng cho đến khi tráng tốt. Đậy bát và để trong tủ lạnh ít nhất 1 giờ, hoặc cho đến khi lạnh, trước khi ăn.

48. thực phẩm cổ áo rau xanh

Thực hiện: 6 phần ăn

THÀNH PHẦN

1 pound thịt xông khói, xắt nhỏ, cộng thêm để trang trí
1 củ hành vàng lớn, thái hạt lựu
1 muỗng cà phê tỏi băm
6 chén nước dùng gà
2 chén nước
4 pound cải xanh, làm sạch và cắt
1 muỗng cà phê muối nêm
½ muỗng cà phê tiêu đen xay
1 quả ớt jalapeño lớn, thái lát
2 đến 3 muỗng canh giấm trắng chưng cất

HƯỚNG DẪN

Trong một stockpot trên lửa vừa, nâu thịt xông khói.

Sau khi thịt xông khói có màu nâu, thêm hành tây và nấu cho đến khi hành bắt đầu đổ mồ hôi, từ 3 đến 5 phút. Thêm tỏi và nấu thêm 1 phút nữa.

Đổ nước dùng gà vào, vặn lửa lớn và đun sôi trong 20 phút.

Đổ nước vào và vặn lửa ở mức trung bình. Bắt đầu thêm cải xanh vào nồi. Sau khi tất cả các loại rau xanh được thêm vào, rắc muối nêm và tiêu đen xay.

Thêm ớt jalapeño thái lát và giấm, khuấy đều các nguyên liệu. Đậy nắp nồi và đun nhỏ lửa trong 1 giờ 10 phút trên lửa vừa, thỉnh thoảng khuấy. Để nguội một chút và trang trí thêm thịt xông khói trước khi ăn.

BÁNH SANDWICH VÀ BÁNH BÓP

49. phô mai và cà chua Pimento

Thực hiện: 8 ĐẾN 12 Khẩu phần

THÀNH PHẦN

Đối với phết phô mai:

½ chén sốt mayonaise

4 ounce pho mát kem

3 chén phô mai cheddar bào nhỏ

1 (4-ounce) lọ pimentos thái hạt lựu, để ráo nước

1 muỗng canh hành vàng băm nhỏ

1 muỗng cà phê tỏi băm

1 muỗng cà phê nước sốt Worrouershire

½ muỗng cà phê tiêu đen xay

Đối với cà chua:

1 chén bột mì tự nở

1 chén bột ngô vàng

½ muỗng cà phê muối kosher

½ muỗng cà phê tiêu đen xay

2 quả trứng

½ chén bơ sữa

4 quả cà chua xanh lớn, thái lát dày ½ inch

2 chén dầu thực vật, để chiên ngập dầu

2 ổ bánh mì Pháp, cắt làm đôi theo chiều dọc

HƯỚNG DẪN

Trong một bát lớn, kết hợp sốt mayonnaise và pho mát kem, và trộn cho đến khi kết hợp tốt. Thêm phô mai cheddar, ớt, hành tây, tỏi, sốt Worcestershire và hạt tiêu đen. Trộn cho đến khi kết hợp tốt, đậy nắp bát và làm lạnh trong tối thiểu 6 giờ.

Trong một bát trộn vừa, kết hợp bột mì tự nở, bột ngô, muối và hạt tiêu đen. Trộn cho đến khi kết hợp tốt và đặt sang một bên.

Trong một bát trộn vừa khác, kết hợp trứng và bơ sữa, trộn đều.

Lau khô cà chua thái lát bằng khăn giấy. Nhúng cà chua vào hỗn hợp trứng, sau đó nhúng vào hỗn hợp bột mì. Để cà chua ngồi trong 5 phút.

Trong một chảo lớn trên lửa vừa, đổ dầu thực vật cho đến khi sâu từ 2 đến 3 inch. Thêm cà chua và chiên cho đến khi vàng và đẹp mắt, từ 3 đến 4 phút.

Phết phô mai pimento lên nửa dưới của bánh mì Pháp, sau đó cho cà chua chiên và nửa trên của bánh mì Pháp lên trên. Cắt thành bánh mì cá nhân và phục vụ.

50. Cua và tôm hùm nướng Phô mai

Thực hiện: 2 phần ăn

THÀNH PHẦN

½ chén thịt tôm hùm nấu chín
½ chén thịt cua nấu chín
2 muỗng canh bơ mặn, tan chảy
1 muỗng cà phê gia vị Old Bay
½ muỗng cà phê tỏi băm
4 lát bánh mì bơ tỏi Texas
4 lát dày phô mai cheddar sắc nét
4 lát phô mai Havarti dày

HƯỚNG DẪN

Trong một bát trộn lớn, cho tôm hùm, cua, bơ tan chảy, Gia vị Old Bay và tỏi vào. Trộn đều, sau đó đặt bát sang một bên.
Đặt hai lát bánh mì nướng Texas lên đĩa và phủ lên trên mỗi lát một lát cheddar và Havarti. Chia đôi hỗn hợp hải sản và thêm một nửa vào mỗi lát bánh mì nướng. Cho hải sản lên trên với những lát phô mai và bánh mì còn lại.
Sử dụng máy ép bánh sandwich hoặc chảo nóng để nướng từng mặt của bánh mì cho đến khi bánh có màu vàng nâu và pho mát tan chảy.
Phục vụ và thưởng thức!

51. nấu chậm BBQ kéo Thịt lợn

Thực hiện: 6 phần ăn

THÀNH PHẦN

2 đến 3 pound thịt lợn vai nướng
1 muỗng canh dầu thực vật
2 muỗng canh khói lỏng
2 muỗng cà phê giấm táo
¼ chén đường nâu đậm
2 muỗng canh ớt bột hun khói
2 muỗng cà phê muối kosher
1 muỗng cà phê tiêu đen xay
1 muỗng cà phê bột mù tạt
1 đến 1½ chén sốt BBQ hickory

HƯỚNG DẪN

Trên một tấm nướng lớn, đặt món nướng và rưới dầu thực vật lên trên, sau đó là khói lỏng và giấm.
Trong một bát nhỏ, kết hợp đường với ớt bột, muối, hạt tiêu và bột mù tạt. Phủ thịt nướng với hỗn hợp gia vị.
Đặt món nướng vào nồi nấu chậm 6 lít và đậy nắp lại. Nấu ở nhiệt độ thấp trong 4 giờ.
Xé nhỏ thịt và đổ nước sốt BBQ. Khuấy, sau đó nấu thêm 2 giờ nữa (vẫn ở mức thấp). Sau đó phục vụ và thưởng thức!

SÚP, Hầm VÀ CÀ RI

52. Ngao , tôm và cua cháo

Thực hiện: 10 phần ăn

THÀNH PHẦN

½ pound thịt xông khói, xắt nhỏ
1 củ hành vàng lớn, thái hạt lựu
2 củ cà rốt vừa, gọt vỏ và thái hạt lựu
2 cọng cần tây, thái hạt lựu
2½ cốc nước dùng hải sản
2 củ khoai tây đỏ lớn, gọt vỏ và thái hạt lựu
3 tép tỏi, băm nhỏ
¾ cốc (1½ que) bơ mặn
¾ chén bột mì đa dụng
2 chén kem nặng
2 cốc sữa nguyên chất
1 chén nghêu băm nhỏ
½ chén thịt cua
2 muỗng cà phê muối kosher
1 muỗng cà phê tiêu đen xay
½ pound tôm sống loại vừa, bóc vỏ và bỏ chỉ
2 muỗng canh mùi tây tươi xắt nhỏ

HƯỚNG DẪN

Cho thịt xông khói vào nồi kho lớn và vặn lửa ở mức trung bình. Nấu thịt xông khói cho đến khi nó giòn. Sau đó vớt ra khỏi nồi, để mỡ trong nồi và đặt thịt xông khói sang một bên.
Thêm hành tây, cà rốt và cần tây vào nồi. Nấu cho đến khi chúng mềm và đẹp mắt, sau đó đổ nước dùng hải sản vào. Thêm khoai tây và tỏi, đun nhỏ lửa trong khoảng 15 phút, vẫn ở lửa vừa.
Trong khi nấu, trong một cái chảo vừa, thêm bơ và đun chảy trên lửa vừa. Rắc bột mì và đánh bông. Nấu trong 3 phút, khuấy liên tục sau đó đổ kem và sữa vào. Hãy chắc chắn để đánh để nó không bị vón cục!
Đổ hỗn hợp bơ và bột vào nồi lớn cùng với các nguyên liệu khác và khuấy đều. Thêm nghêu, cua, muối và hạt tiêu đen. Trộn các thành phần, sau đó giảm nhiệt xuống thấp.

Thêm tôm và thịt xông khói, khuấy đều. Đun nhỏ lửa trong 15 phút. Rắc mùi tây tươi lên trên trước khi ăn.

53. Brunswick hầm

Thực hiện: 8 ĐẾN 10 Khẩu phần

THÀNH PHẦN

6 chén nước dùng gà
2 chén thịt lợn kéo BBQ nấu chậm
2 chén thịt gà băm nhỏ, nấu chín
2 chén đậu lima đông lạnh hoặc khô
3 củ khoai tây nâu vừa, gọt vỏ và thái hạt lựu
1 (14-ounce) lon cà chua thái hạt lựu trong nước ép cà chua
1 củ hành đỏ lớn, thái hạt lựu
1½ chén đậu Hà Lan và cà rốt đông lạnh
1½ chén đậu bắp đông lạnh
1 chén ngô đông lạnh
1 chén sốt BBQ hickory
3 tép tỏi, băm nhỏ
2 muỗng canh nước sốt Worrouershire
2½ muỗng cà phê muối nêm
1 muỗng cà phê tiêu đen xay
½ muỗng cà phê thì là

HƯỚNG DẪN

Thêm tất cả nguyên liệu vào nồi nấu chậm 6 lít. Khuấy cho đến khi mọi thứ được kết hợp tốt. Đậy nắp nồi nấu chậm và đặt nhiệt ở mức thấp.

Nấu trong 5 giờ, sau đó phục vụ. Phần còn lại có thể được bảo quản trong hộp kín trong tủ lạnh tối đa 5 ngày.

54. cây mướp tây

Thực hiện: 8 ĐẾN 10 Khẩu phần

THÀNH PHẦN

1¼ chén dầu thực vật, chia
1 pound đùi gà không xương, không da
2 muỗng cà phê bột nêm, chia
1½ muỗng cà phê tiêu đen xay, chia
1 muỗng cà phê gia vị gia cầm
1 muỗng cà phê bột hành
1 muỗng cà phê bột tỏi
2 lít nước dùng gà, chia
1½ chén cần tây xắt nhỏ
2 ớt chuông xanh lớn, xắt nhỏ
1 củ hành vàng lớn, xắt nhỏ
2 muỗng cà phê tỏi băm
½ chén bột mì đa dụng
1 pound xúc xích andouille, xắt nhỏ
1 lon (14 ounce) cà chua thái hạt lựu
3 đến 4 lá nguyệt quế
½ pound đậu bắp, xắt nhỏ
1 chén tôm khô
2 pound cua hoàng đế Alaska
1 pound tôm lớn, bóc vỏ và bỏ chỉ
2½ muỗng cà phê bột gumbo xay
Rau mùi tây tươi xắt nhỏ, để trang trí

HƯỚNG DẪN

Trong một chảo vừa trên lửa vừa, đổ vào ¼ chén dầu thực vật. Khi dầu nóng, cho đùi gà vào chảo. Nêm gà với 1 muỗng cà phê bột nêm, ½ muỗng cà phê tiêu đen, gia vị gia cầm, bột hành và bột tỏi. Nướng vàng từng mặt của gà, khoảng 5 phút mỗi mặt, sau đó đổ ½ cốc nước dùng gà vào. Đậy nắp chảo và để gà nấu cho đến khi chín hoàn toàn, khoảng 15 phút. Sau khi hoàn thành, lấy gà ra khỏi chảo và đặt sang một bên trên đĩa.

Trong cùng một chảo, thêm cần tây, ớt chuông và hành tây và nấu trong 2 phút. Thêm tỏi và nấu cho đến khi rau đẹp và trong thì lấ bếp.

Trong một cái nồi lớn trên lửa vừa, đổ 1 chén dầu thực vật còn lạ vào. Khi dầu nóng, bắt đầu rắc bột từng chút một. Khuấy liên tục để tránh vón cục và nấu cho đến khi roux chuyển sang màu nâu bơ đậu phộng, khoảng 30 phút.

Khi roux có màu nâu đẹp mắt, từ từ đổ phần nước dùng gà còn lạ vào. Thêm vào rau nấu chín, thịt gà và xúc xích. Đảo đều mọi thứ rồ rắc vào 1 thìa cà phê bột nêm còn lại và 1 thìa cà phê tiêu đen. Thêm cà chua và lá nguyệt quế. Khuấy, đậy nắp, sau đó nấu trong khoảng 20 phút.

Thêm đậu bắp xắt nhỏ và tôm khô. Khuấy, đậy nắp và đun nhỏ lửa trong 20 phút nữa.

Bây giờ thêm con cua. Đảm bảo rằng cua và các nguyên liệu khác ngập trong nước dùng. Đun thêm 20 phút nữa thì cho tôm sống vào Khuấy các thành phần và giảm nhiệt xuống thấp.

Rắc bột giấy gumbo vào , khuấy đều và nấu trong 7 phút. Tắt lửa và để gumbo ngồi trong vài phút. Trang trí với rau mùi tây và dùng với cơm trắng hoặc bánh ngô.

55. con tôm Étouffée

Thực hiện: 4 phần ăn

THÀNH PHẦN

½ chén bơ mặn
½ chén bột mì đa dụng
1 muỗng canh dầu thực vật
1 ớt chuông xanh lớn, thái hạt lựu
½ củ hành vừa, thái hạt lựu
2 cọng cần tây, thái hạt lựu
3 tép tỏi, băm nhỏ
1 lon (14 ounce) cà chua thái hạt lựu
1 muỗng canh bột cà chua
2 chén nước dùng gà hoặc nước dùng hải sản
2 nhánh cỏ xạ hương tươi, cộng thêm để trang trí
1½ muỗng cà phê gia vị Creole
1 muỗng cà phê nước sốt Worrouershire
½ muỗng cà phê tiêu đen xay
½ muỗng cà phê hạt tiêu đỏ
2 pound tôm jumbo sống, bóc vỏ và bỏ chỉ
2 chén cơm trắng nấu chín

HƯỚNG DẪN

Trong một cái chảo lớn trên lửa vừa, làm tan chảy bơ. Sau khi bơ tan chảy, thêm bột mì và đánh cho đến khi mọi thứ được kết hợp tốt. Nấu roux cho đến khi nó có màu nâu đẹp, đậm đà, từ 10 đến 15 phút, nhưng nhớ đừng để cháy nhé!

Thêm ớt chuông, hành tây, cần tây và tỏi. Nấu cho đến khi rau mềm, 3 đến 5 phút. Sau đó thêm cà chua thái hạt lựu và bột cà chua. Từ từ đổ nước dùng vào và cho húng tây tươi vào. Trộn cho đến khi mọi thứ được kết hợp tốt, sau đó rắc gia vị Creole, sốt Worrouershire, hạt tiêu đen và hạt tiêu đỏ. Khuấy nguyên liệu và nấu trong 5 phút ở nhiệt độ trung bình cao.

Từ từ bắt đầu thêm tôm vào và khuấy đều. Giảm nhiệt xuống thấp và nấu thêm 5 phút nữa. Loại bỏ các nhánh cỏ xạ hương. Trang trí với húng tây và dùng với cơm nóng.

56. Đuôi bò món thịt hầm

Thực hiện: 6 ĐẾN 8 Khẩu phần

THÀNH PHẦN

½ chén bột mì đa dụng
3½ muỗng cà phê muối nêm
2 thìa cà phê ớt bột
½ muỗng cà phê tiêu đen xay
4 pound đuôi bò, cắt mỡ
¼ chén dầu thực vật
1 củ hành vàng lớn, xắt nhỏ
1 lon (14,5 ounce) cà chua thái hạt lựu
4 tép tỏi
3 nhánh húng tây tươi
3 lá nguyệt quế
1 lon (6-ounce) tương cà chua
1 lít (32 ounce) nước dùng thịt bò
1 pound cà rốt bé
1½ pound khoai tây đỏ non, xắt nhỏ

HƯỚNG DẪN

Lấy một túi đông lạnh ziplock lớn và thêm bột mì, muối nêm, ớt bột và hạt tiêu đen. Lắc túi để đảm bảo mọi thứ được kết hợp tốt. Bắt đầu thêm đuôi bò vào, từng cái một và lắc túi để phủ chúng. Sau khi đuôi bò được tráng, đặt chúng lên đĩa hoặc khay nướng.

Trong một cái chảo lớn trên lửa vừa, đổ dầu thực vật vào. Khi dầu nóng, bắt đầu cho đuôi bò vào. Làm nâu tất cả các bề mặt của đuôi bò, khoảng 3 phút cho mỗi mặt, sau đó lấy ra khỏi chảo và cho vào nồi nấu chậm 6 lít.

Quăng hành tây vào chảo và nấu cho đến khi mềm. Cho đuôi bò vào nồi nấu chậm, cùng với cà chua, tỏi, cỏ xạ hương và lá nguyệt quế.

Trong một bát lớn, kết hợp bột cà chua và nước dùng thịt bò, và trộn cho đến khi kết hợp tốt. Đổ hỗn hợp này vào nồi nấu chậm, đặt nồi nấu chậm ở mức thấp và nấu trong 6 giờ.

Thêm cà rốt và khoai tây, khuấy đều và nấu thêm 2 giờ nữa . Sau đó phục vụ và thưởng thức!

BBQ VÀ NƯỚNG

57. nướng gia đình Po'boy tôm

Thực hiện: 3 ĐẾN 4 Khẩu phần

THÀNH PHẦN

1½ pound tôm, bóc vỏ, bỏ chỉ và bỏ đuôi
2 muỗng canh dầu ô liu siêu nguyên chất
2½ muỗng cà phê gia vị làm đen
1 muỗng cà phê gia vị Creole
1 muỗng cà phê tỏi băm
Dầu thực vật, cho chảo nướng

Đối với sốt mayonnaise Creole:

1 chén sốt mayonaise
1 muỗng canh hành vàng băm nhỏ
2 muỗng cà phê mù tạt Dijon mật ong
1½ thìa cà phê tỏi băm
1½ muỗng cà phê gia vị Creole
3 đến 4 cuộn hoagie hoặc kiểu Pháp
2 quả cà chua vừa, thái lát
1 chén rau diếp thái nhỏ

HƯỚNG DẪN

Trong một bát trộn lớn, rưới dầu ô liu lên tôm. Rắc gia vị làm đen, gia vị Creole và tỏi. Quăng tôm để trộn, sau đó đặt sang một bên.
Đổ dầu nhẹ vào chảo nướng và đặt nó trên lửa vừa cao. Khi chảo nóng, thêm tôm và nấu trong 5 đến 7 phút. Vớt tôm ra khỏi chảo, bày ra đĩa sạch.
Trong một bát vừa, thêm sốt mayonnaise, hành tây, mù tạt, tỏi và gia vị Creole. Trộn đều.
Phết lượng sốt mayonnaise Creole mong muốn của bạn lên cả hai mặt của cuộn. Thêm cà chua vào đáy hoagie và đặt tôm lên trên.
Rắc rau diếp thái nhỏ lên trên tôm, dọn ra và thưởng thức!

58. Sườn nướng BBQ

Thực hiện s: 8 ĐẾN 10 Khẩu phần

THÀNH PHẦN

6 pound xương sườn kiểu Saint Louis, loại bỏ màng
2 muỗng canh dầu thực vật
¼ chén đường nâu
2 muỗng canh hạt tiêu đen mới xay
2 muỗng canh ớt bột hun khói, ngọt hoặc thông thường
2 muỗng canh bột hành
2 muỗng canh bột tỏi
1 muỗng canh muối kosher
2 muỗng cà phê mảnh mùi tây khô
1½ muỗng cà phê mù tạt khô
1½ muỗng cà phê hạt tiêu đỏ
1 muỗng canh khói lỏng hickory
1½ muỗng canh giấm táo
sốt BBQ

HƯỚNG DẪN

Làm nóng lò ở 375 độ F.

Trong một đĩa nướng 9 x 13 inch, thêm các miếng sườn và rưới dầu lên khắp mặt trước và mặt sau của chúng. Rắc đường, hạt tiêu đen, ớt bột, bột hành và tỏi, muối, rau mùi tây, mù tạt và ớt đỏ. Rưới dung dịch khói và giấm lên miếng sườn, rồi chải hoặc chà xát cho đến khi chúng được bao phủ kỹ lưỡng.

Bọc sườn bằng giấy nhôm và nướng trong 1 giờ 20 phút. Lấy sườn ra khỏi lò và gỡ giấy bạc ra.

Phết sốt BBQ yêu thích của bạn lên sườn và bật lò nướng. Nướng sườn cho đến khi nước sốt đẹp và dính, từ 3 đến 5 phút. Lấy ra khỏi lò và để yên trong 5 phút trước khi ăn.

59. Chiên xương sườn

Thực hiện: 8 phần ăn

THÀNH PHẦN

4 pound sườn heo siêu mềm, loại bỏ màng

ĐỐI VỚI NƯỚC MẮM:

8 cốc nước lạnh

4 muỗng canh đường cát

2 muỗng canh muối kosher

ĐỐI VỚI SƯỜN:

½ chén nước sốt nóng nhẹ

1½ chén bột mì tự nở

2½ muỗng cà phê muối nêm

2 muỗng cà phê bột hành

2 muỗng cà phê bột tỏi

2 thìa cà phê ớt bột

1½ muỗng cà phê tiêu đen xay

½ muỗng cà phê ớt cayenne

2 chén dầu thực vật, để chiên ngập dầu

HƯỚNG DẪN

Cắt sườn thành nhiều phần và đặt chúng vào một cái bát lớn. Đặt sang một bên.

Trong một bát lớn riêng biệt, kết hợp nước, đường và muối. Khuấy đều cho muối và đường tan hết thì rưới nước muối lên khắp mặt sườn. Đậy bát và để trong tủ lạnh qua đêm (6 đến 8 giờ), sau đó để ráo nước. Sau khi bạn rút nước muối ra khỏi sườn, đừng rửa chúng. Đổ nước sốt nóng lên khắp các miếng sườn và đảm bảo rằng chúng được phủ đều. Đặt sườn sang một bên.

Lấy một túi đông lạnh lớn và thêm bột mì, muối nêm, bột hành, bột tỏi, ớt bột, tiêu đen và ớt cayenne. Lắc túi để đảm bảo rằng mọi thứ được kết hợp tốt. Bắt đầu thêm xương sườn vào túi và lắc túi để phủ chúng. Lặp lại quá trình lắc hai lần để đảm bảo rằng bạn có một lớp phủ đẹp! Đặt sườn đã tráng lên khay nướng.

Trong chảo sâu lòng hoặc nồi chiên sâu lòng, đổ đủ dầu để ngập sườn khoảng ½ inch. Đun nóng dầu đến 360 độ F.

Từ từ bắt đầu thêm xương sườn. Nếu bạn dùng chảo sâu lòng, hãy nhớ lật sườn từ 3 đến 5 phút một lần. Chiên mỗi mẻ trong khoảng 15 phút cho đến khi chúng có màu vàng nâu. Sau khi hoàn thành, đặt sườn đã chiên lên khay nướng có lót sẵn khăn giấy . Phục vụ với nước sốt nóng yêu thích của bạn.

60. Lemon Pepper và Honey Country Sườn

Thực hiện: 6 phần ăn

THÀNH PHẦN

Dầu thực vật, để bôi trơn

¼ chén mù tạt vàng

2 muỗng canh đường nâu

2 muỗng canh hành vàng băm nhỏ

1½ muỗng canh tiêu chanh

1 muỗng canh tỏi băm

2 thìa cà phê ớt bột

2 cân sườn heo quê

¼ cốc mật ong

1 muỗng canh bột bắp

HƯỚNG DẪN

Làm nóng lò ở nhiệt độ 325 độ F. Phết dầu nhẹ lên đĩa nướng có kích thước 9 x 13 inch, sau đó đặt sang một bên.

Trong một bát nhỏ, kết hợp mù tạt, đường, hành tây, tiêu chanh, tỏi và ớt bột.

Trong một cái bát lớn hoặc trên một mặt phẳng, chà hỗn hợp mù tạt lên khắp sườn. Cho sườn vào khay nướng và đậy bằng giấy nhôm Nướng trong lò trong 1 giờ. Lấy ra khỏi lò và mở ra.

Trong một cái bát nhỏ hoặc cốc lớn, đổ chất lỏng từ đáy đĩa nướng. Thêm mật ong và bột ngô, trộn đều cho đến khi không còn vón cục. Đổ hỗn hợp mật ong lên sườn. Nướng lại trong lò, không đậy nắp, thêm 1 tiếng rưỡi nữa và nhớ phết chất lỏng từ đáy chảo cứ sau 30 phút. Lấy ra khỏi lò và để nguội trước khi ăn.

61. Heo quay nhồi tỏi trong nồi nấu chậm

Thực hiện: 8 ĐẾN 10 Khẩu phần

THÀNH PHẦN

3 đến 4 pound mông heo không xương nướng

6 đến 8 tép tỏi

1 chén hành lá xắt nhỏ

1 (0,75-ounce) gói gia vị trang trại

1 muỗng cà phê tiêu đen xay

2 chén nước luộc gà

1 pound cà rốt bé

1 pound khoai tây đỏ, rửa sạch và thái nhỏ

HƯỚNG DẪN

Đục 6 đến 8 lỗ vào vỉ nướng và nhét tép tỏi vào. Cẩn thận đặt món nướng vào nồi nấu chậm 6 lít.

Cho hành lá vào, sau đó rắc gia vị ranch và hạt tiêu đen lên khắp món nướng. Đổ nước luộc gà vào. Đặt nồi nấu chậm ở nhiệt độ cao và nấu trong 2 giờ.

Thêm cà rốt và khoai tây, khuấy đều và nấu thêm 2 giờ nữa. Phục vụ.

62. nồi nấu chậm Thịt bò thịt ức

Thực hiện: 10 ĐẾN 12 Khẩu phần

THÀNH PHẦN

2 muỗng canh dầu ô liu siêu nguyên chất
2 muỗng canh giấm táo
1 muỗng canh khói lỏng
½ chén đường nâu nhạt
2 muỗng canh bột tỏi
2 muỗng canh bột hành
2 muỗng canh ớt bột
1 muỗng canh muối kosher
1 muỗng canh mảnh mùi tây khô
1 muỗng cà phê tiêu đen xay
1 muỗng cà phê ớt cayenne
ức thịt bò 7 đến 8 pound

HƯỚNG DẪN

Trong một bát trộn nhỏ, kết hợp dầu, giấm, khói lỏng, đường, bột tỏi và hành tây, ớt bột, muối, rau mùi tây, hạt tiêu đen và ớt cayenne bằng máy đánh trứng. Xoa đều hỗn hợp lên ức.

Xịt nồi nấu chậm 6 lít bằng bình xịt nấu ăn không dính và đặt ức vào bên trong. Đặt nồi nấu chậm ở mức thấp và nấu trong 12 giờ.

Lót một đĩa nướng 9 x 13 inch bằng giấy nhôm. Sau khi ức chín, cẩn thận lấy nó ra khỏi nồi nấu chậm và đặt vào đĩa nướng đã chuẩn bị. Bật lò nướng và nấu ức cho đến khi "vỏ cây" (chà) có màu nâu sẫm từ 3 đến 5 phút. Lấy ức ra khỏi lò, dùng giấy bạc bọc lại và để yên trong 1 giờ trước khi ăn.

63. nồi nấu chậm ngột ngạt Oxtails

Thực hiện: 4 phần ăn

THÀNH PHẦN

2½ pound đuôi bò
2 muỗng cà phê muối kosher
1 muỗng cà phê hạt tiêu đen tươi hoặc xay
2 muỗng canh nước sốt Worrouershire
1¼ chén bột mì đa dụng, chia
¾ chén dầu thực vật
3 chén nước dùng thịt bò hoặc nước
1 củ hành vàng lớn, thái lát
3 tép tỏi, băm nhỏ
Rau mùi tây tươi xắt nhỏ, để trang trí

HƯỚNG DẪN

Trong một bát trộn lớn, nêm muối và hạt tiêu vào đuôi bò. Rưới nước sốt Worrouershire lên khắp người và đảo đuôi bò để đảm bảo chúng được phủ đều. Rắc ¼ chén bột mì lên đuôi bò và đảo lại để đảm bảo lớp phủ đều.

Trong một chảo xào lớn trên lửa vừa, đổ dầu thực vật vào. Khi dầu nóng, thêm đuôi bò. Sau khi chúng có màu nâu đẹp mắt, hãy lấy chúng ra khỏi chảo và cho vào nồi nấu chậm 6 lít trong khi bạn chuẩn bị nước thịt. Nếu trong chảo có miếng thịt bị cháy, đổ bớt dầu đi, lọc sạch chảo, sau đó đổ lại phần dầu đã lọc vào chảo.

Trên lửa vừa, bắt đầu thêm 1 chén bột còn lại vào chảo, mỗi lần chỉ cho một ít. Đánh liên tục. Khi bột có màu nâu, giống như bơ đậu phộng chunky, từ từ đổ nước dùng vào. Whisk trong khi bạn đổ!

Đảm bảo mọi thứ không bị vón cục, sau đó vặn lửa từ trung bình đến cao. Khi nước sốt sôi hoàn toàn, giảm nhiệt xuống mức trung bình và thêm hành và tỏi. Khuấy nước sốt và làm một bài kiểm tra hương vị. Thêm muối và hạt tiêu cho vừa ăn.

Tắt lửa và đổ nước thịt vào nồi nấu chậm, đậy nắp đuôi bò. Đặt nồi nấu chậm ở nhiệt độ cao và nấu trong 8 giờ. Rắc mùi tây lên trên và dùng với khoai tây nghiền hoặc cơm.

64. B thịt viên bọc thịt xông khói

Làm cho: 10

THÀNH PHẦN

1 gói (26 oz.) Thịt viên
1 gói thịt xông khói , thái thành dải
1 chai sốt BBQ mật ong

HƯỚNG DẪN :

Làm nóng lò ở nhiệt độ 400 độ F.

Lót một tấm nướng 17 "x 11" bằng giấy da.

Quấn một phần ba lát thịt xông khói quanh mỗi viên thịt và buộc chặt bằng tăm.

Đặt các viên thịt đã bọc thành một lớp trên giấy da và nướng trong 20-25 phút hoặc cho đến khi thịt xông khói chín.

Lấy thịt viên ra khỏi chảo và phết sốt BBQ mật ong lên trên.

Làm sốt sốt BBQ bằng cách cho thịt viên trở lại lò nướng thêm 5 phút.

MẠNG LƯỚI

65. Creole lasagna

Thực hiện: 10 phần ăn

THÀNH PHẦN

- Dầu thực vật, để bôi trơn
- 1 pound xúc xích Ý xay, nhẹ hoặc nóng
- 1 pound thịt lợn xay
- 1 quả ớt chuông đỏ lớn, thái hạt lựu
- 1 củ hành đỏ vừa, thái hạt lựu
- 5 tép tỏi, băm nhỏ
- 2 (28-ounce) lon cà chua nghiền hoặc 8 cốc cà chua tươi, thái hạt lựu
- 1 muỗng canh đường nâu
- 2½ muỗng cà phê gia vị Creole
- 2 muỗng cà phê húng quế khô
- 1 muỗng cà phê tiêu đen xay
- 16 ounce phô mai ricotta sữa nguyên chất
- 2 quả trứng
- 2 chén phô mai mozzarella bào nhỏ
- 12 mì lasagna đã sẵn sàng cho lò nướng
- 4 chén phô mai cheddar bào nhỏ
- 2 chén phô mai Colby Jack vụn
- Rau mùi tây tươi xắt nhỏ, để trang trí

HƯỚNG DẪN

a) Làm nóng lò ở nhiệt độ 350 độ F. Bôi mỡ nhẹ lên đĩa nướng 9 x 13 inch.

b) Trong một bát vừa, kết hợp xúc xích và thịt lợn.

c) Trong một chảo xào lớn trên lửa vừa, nấu hỗn hợp xúc xích và thịt lợn cho đến khi nó có màu nâu. Hãy chắc chắn để chia nhỏ thịt trong khi nó nấu ăn! Lấy thịt ra khỏi chảo và để lại khoảng 1½ muỗng dầu mỡ. Đặt thịt sang một bên.

d) Đặt lại chảo lên bếp, vẫn để lửa vừa, cho ớt và hành tây vào. Nấu cho đến khi chúng mềm, sau đó thêm tỏi. Cho thịt trở lại chảo và thêm cà chua. Trộn các thành phần cho đến khi mọi thứ được kết hợp tốt. Sau đó thêm đường, gia vị Creole, húng quế và hạt tiêu đen.

Trộn các gia vị vào, vặn lửa ở mức trung bình thấp và nấu trong 15 phút.

e) Trong một bát lớn, kết hợp phô mai ricotta, trứng và mozzarella và trộn các nguyên liệu cho đến khi kết hợp tốt. Đặt sang một bên.

f) Trong món nướng đã chuẩn bị, thêm một ít nước sốt thịt vào đáy. Thêm một lớp mì lasagna, sau đó phết một lớp hỗn hợp ricotta lên mì ống. Thêm một lớp sốt thịt và một lớp ricotta khác. Lặp lại. Thêm một lớp mì ống cuối cùng, sau đó là nước sốt, sau đó phủ pho mát cheddar và Colby Jack lên trên. Đậy nhẹ bằng giấy nhôm và cho vào lò nướng trong 1 giờ 15 phút. Lấy ra khỏi lò, trang trí với mùi tây và để yên trong 10 phút trước khi ăn.

66. Thịt bò ổ mì thịt

Thực hiện: 8 ĐẾN 10 Khẩu phần

THÀNH PHẦN

Dầu thực vật, để bôi trơn
5 lát bánh mì trắng
½ cốc sữa nguyên chất
2 pound thịt bò xay 80/20
½ chén salsa nhẹ chunky
¼ chén hành lá xắt nhỏ
1 quả trứng
2 thìa cà phê muối nêm
1 muỗng cà phê bột tỏi
¼ đến ½ chén sốt cà chua, tùy thuộc vào mức độ sốt mà bạn thích

HƯỚNG DẪN

Làm nóng lò ở nhiệt độ 375 độ F. Bôi mỡ nhẹ lên đĩa nướng 9 x 13 inch.

Trong một bát trộn lớn, thêm bánh mì trắng và đổ sữa vào. Để sữa ngập bánh mì, sau đó thêm thịt bò xay, sốt salsa, hành lá, trứng, muối nêm và bột tỏi. Trộn tất cả mọi thứ bằng tay hoặc dụng cụ nhà bếp cho đến khi kết hợp tốt.

Khuôn bánh mì thịt thành hình dạng mong muốn của bạn và đặt nó vào đĩa nướng. Nướng, không đậy nắp, trong 45 phút.

Lấy bánh mì thịt ra khỏi lò, sau đó phết sốt cà chua lên khắp. Đặt nó trở lại vào lò nướng, không đậy nắp, trong 20 đến 25 phút nữa, cho đến khi các cạnh có màu nâu. Để bánh mì thịt ngồi trong 10 phút trước khi phục vụ.

67. nướng Thổ Nhĩ Kỳ Cánh

Thực hiện: 6 phần ăn

THÀNH PHẦN

Dầu thực vật, để bôi trơn

2½ pound cánh gà tây, căn hộ và trống tách ra

1 quả chanh lớn, cắt làm 4 miếng

2 muỗng canh dầu ô liu hoặc dầu thực vật

1½ muỗng canh ớt bột hoặc hun khói

1 muỗng canh bột tỏi

1 muỗng canh bột hành

2 muỗng cà phê mảnh mùi tây khô

2 muỗng cà phê gia vị gia cầm

2 thìa cà phê muối nêm

1 muỗng cà phê hành băm

1 muỗng cà phê tỏi băm

2½ chén gà tây hoặc nước luộc gà

HƯỚNG DẪN

Làm nóng lò ở nhiệt độ 350 độ F. Bôi mỡ nhẹ đĩa nướng 9 x 13 inch hoặc lò nướng 8 lít của Hà Lan.

Làm sạch cánh gà tây, sau đó chà xát các bề mặt của cánh bằng chanh. Đừng vứt bỏ nêm.

Trong một cái bát hoặc đĩa lớn, thêm cánh và rưới dầu lên chúng Rắc ớt bột, tỏi và bột hành tây, rau mùi tây, gia vị gia cầm, muối hành và tỏi lên khắp cánh rồi xoa đều gia vị. Đặt cánh vào đĩa nướng hoặc lò nướng kiểu Hà Lan.

Cho cánh vào tô lớn, đổ nước dùng lên trên phần gia vị còn sót lại Khuấy, sau đó đổ nước dùng vào đĩa nướng với cánh. Thêm chanh Đậy đĩa nướng bằng giấy nhôm hoặc đậy nắp lò nướng Hà Lan và nướng cánh trong lò từ 1 tiếng rưỡi đến 2 giờ. Định kỳ lấy cánh ra khỏi lò và thấm nước nhỏ giọt trong đĩa. Sau khi hoàn thành, lấy ra khỏi lò và để nguội trước khi ăn.

68. chiên miền Nam Thịt gà

Thực hiện: 4 phần ăn

THÀNH PHẦN

2 pound thịt gà miếng, rửa sạch và lọc mỡ
4 đến 6 cốc sữa bơ
1 muỗng cà phê gia vị gia cầm
2 muỗng cà phê muối kosher, chia
2 muỗng cà phê bột tỏi, chia
2 muỗng cà phê bột hành tây, chia
1 muỗng cà phê tiêu đen xay
1½ chén bột mì đa dụng
1 muỗng cà phê ớt bột hun khói
1 muỗng cà phê tiêu trắng xay
2 chén dầu hạt cải hoặc dầu ngô, để chiên ngập dầu

HƯỚNG DẪN

Trong một bát lớn, kết hợp thịt gà và bơ sữa. Đậy bát và đặt trong tủ lạnh trong 3 đến 4 giờ. Sau đó để ráo nước sữa từ thịt gà, nhưng không rửa sạch.

Trong cùng một bát, nêm gà với gia vị gia cầm, 1 thìa cà phê muối, 1 thìa cà phê bột tỏi, 1 thìa cà phê bột hành tây và hạt tiêu đen. Xoa đều gia vị lên gà, sau đó để bát sang một bên.

Trong một bát lớn riêng biệt, thêm bột mì và các gia vị còn lại: 1 thìa cà phê muối, 1 thìa cà phê bột tỏi, 1 thìa cà phê bột hành, ớt bột và tiêu trắng. Trộn đều. Lăn gà qua bột mì 2 lần.

Trong chảo sâu lòng hoặc nồi chiên sâu lòng, đun nóng dầu đến 360 độ F và cho gà vào chiên ngập dầu trong khoảng 10 đến 15 phút hoặc cho đến khi có màu vàng nâu và không có máu khi bạn đâm một miếng xuống xương. Lấy các miếng thịt gà ra và để yên trong 5 phút trước khi ăn.

69. ngột ngạt Thịt gà

Thực hiện: 4 phần ăn

THÀNH PHẦN

1½ chén bột mì đa dụng
1 muỗng canh bột tỏi
1 muỗng canh bột hành
1 muỗng cà phê muối kosher
1 muỗng cà phê tiêu đen xay
1 muỗng cà phê hạt cần tây
1 muỗng cà phê gia vị gia cầm
1 muỗng cà phê ớt bột hun khói
1 pound thịt gà, làm sạch
¼ chén dầu thực vật
1 củ hành vàng vừa, xắt nhỏ
2 muỗng cà phê tỏi băm
2 chén nước luộc gà
1 cốc sữa nguyên chất
Rau mùi tây tươi xắt nhỏ, để trang trí

HƯỚNG DẪN

Trong một bát lớn, kết hợp bột mì, bột tỏi và hành tây, muối, hạt tiêu đen, hạt cần tây, gia vị gia cầm và ớt bột. Trộn cho đến khi kết hợp tốt.

Lăn gà với bột dày dạn, đảm bảo rằng bạn phủ tất cả các bề mặt. Dự trữ bột gia vị còn lại.

Trong một cái chảo lớn trên lửa vừa, thêm dầu. Bắt đầu cho gà vào, nhưng đảm bảo không để chảo quá chật (dùng chảo đủ lớn để chứa hết gà hoặc nấu từng mẻ gà). Nấu gà cho đến khi có màu vàng nâu, khoảng 7 phút. Đừng lo lắng về việc nấu gà cho đến khi chín, vì chúng ta sẽ nấu thêm một lúc nữa. Sau khi thịt gà có màu nâu đẹp mắt, hãy lấy gà ra khỏi chảo và chuyển sang đĩa có phủ khăn giấy. Để lại dầu trong chảo.

Cũng trong chảo đó, cho hành tây vào và nấu trong khoảng 2 phút. Thêm tỏi và nấu thêm một phút nữa. Lấy hành và tỏi ra khỏi chảo và cho vào một cái bát.

Thêm 3 muỗng canh bột nêm còn lại vào chảo. Khuấy vào dầu trên lửa vừa. Đổ nước dùng gà vào trong khi đánh trứng và đảm bảo không có bất kỳ cục u nào. Để nước sốt nấu trong khoảng 2 phút trên lửa vừa, sau đó đổ sữa vào chảo. Để nước xốt kem nấu trong khoảng 3 phút, sau đó bắt đầu thêm thịt gà, hành tây và tỏi trở lại vào chảo. Hãy chắc chắn rằng tất cả gà được phủ nước thịt.

Đậy nắp chảo và nấu gà trong 30 đến 35 phút trên lửa vừa. Nhớ thỉnh thoảng lật gà. Sau khi hoàn thành, trang trí với rau mùi tây và phục vụ gà với cơm hoặc khoai tây nghiền.

70. Cà trớn Thịt gà

Thực hiện: 6 ĐẾN 8 Khẩu phần

THÀNH PHẦN

Đối với nước xốt giật:

1 củ hành vàng vừa, xắt nhỏ
5 củ hành lá, xắt nhỏ, cộng thêm để trang trí
5 tép tỏi lớn
7 nhánh cỏ xạ hương tươi, bỏ cuống
3 muỗng canh nước sốt nâu mua ở cửa hàng
1 hạt tiêu scotch hoặc hạt tiêu jalapeño
Vỏ và nước ép từ 1 quả chanh nhỏ, cộng với chanh thái lát để trang trí
2 muỗng canh đường nâu
2 muỗng cà phê muối kosher
2 thìa cà phê ớt bột
2 muỗng cà phê tiêu xay
1 muỗng cà phê tiêu đen xay
½ muỗng cà phê hạt nhục đậu khấu
½ muỗng cà phê gừng tươi nạo
4 đến 5 pound thịt gà, làm sạch
Dầu thực vật, để bôi trơn

HƯỚNG DẪN

Trong máy xay sinh tố hoặc máy xay thực phẩm, thêm tất cả các nguyên liệu làm nước xốt và trộn cho đến khi mọi thứ được trộn đều.

Quăng gà vào một túi đông lạnh ziplock lớn , sau đó đổ nước xốt vào. Đóng túi lại và di chuyển gà xung quanh để đảm bảo gà được tẩm ướp kỹ. Để gà ướp trong tủ lạnh qua đêm hoặc ít nhất 6 giờ.

Khi gà đã chín, hãy làm nóng lò nướng ở nhiệt độ 375 độ F. Đặt gà vào đĩa nướng 9 x 13 inch đã thoa dầu nhẹ. Nướng trong lò, không đậy nắp, trong 1 giờ 15 phút. Lấy gà ra khỏi lò, để nguội. Trang trí với chanh và hành lá trước khi phục vụ.

71. Bẩn -Rice- Nhồi bông tiếng Cornwall gà mái

Thực hiện: 4 phần ăn

THÀNH PHẦN

CHO GẠO BẨN

¼ pound gan gà
2 thìa cà phê muối nêm
1 muỗng cà phê tiêu đen xay
½ pound xúc xích Ý nóng
1 quả ớt chuông xanh nhỏ, thái hạt lựu
1 củ hành đỏ lớn, thái hạt lựu
1½ muỗng cà phê gia vị Creole
½ muỗng cà phê hạt tiêu đỏ
¼ chén nước luộc gà
4 chén cơm trắng nấu chín
2 gà mái Cornish, trống khoang
2 muỗng canh dầu thực vật
2½ muỗng cà phê muối nêm
2 thìa cà phê ớt bột
1 muỗng cà phê gia vị gia cầm
1 muỗng cà phê tiêu đen xay
Bơ, để bôi trơn

HƯỚNG DẪN

Trong một bát vừa, nêm gan gà với muối và hạt tiêu đen. Đặt sang một bên.

Trong một chảo lớn trên lửa vừa, nấu xúc xích cho đến khi chín vàng, sau đó lấy ra khỏi chảo và đặt sang một bên. Cho gan gà vào chảo và nấu trong khoảng 10 phút hoặc lâu hơn, hoặc cho đến khi chín, sau đó lấy ra khỏi chảo. Đặt gan với xúc xích sang một bên.

Trong cùng một chảo trên lửa vừa, nấu ớt và hành tây cho đến khi chúng mềm. Xúc xắc gan gà, sau đó cho trở lại chảo cùng với xúc xích. Rắc gia vị Creole và ớt đỏ, sau đó đổ nước luộc gà vào. Khuấy các thành phần và thêm gạo. Nấu trong 5 phút, sau đó tắt bếp và đặt cơm sang một bên để nguội một chút.

Làm nóng lò ở nhiệt độ 375 độ F. Đặt gà mái Cornish lên khay nướng và rưới dầu lên khắp chúng. Nêm gà mái với muối nêm, ớt bột, gia vị gia cầm và hạt tiêu đen. Xoa gia vị vào, sau đó bắt đầu nhồi gạo bẩn vào những con gà mái Cornish. (Sẽ có gạo bẩn còn sót lại.) Bơ nhẹ một đĩa nướng 9 x 13 inch. Cho phần gạo bẩn còn lại vào đĩa nướng, sau đó đặt gà mái Cornish nhồi bông (lườn trở xuống) lên trên. Đặt đĩa nướng vào lò và nấu trong 50 đến 55 phút. Lấy ra khỏi lò, để nguội trong 10 phút. Cắt theo chiều dọc để phục vụ và thưởng thức!

72. cajun chiên Tôm và Hàu

Thực hiện: 4 phần ăn

THÀNH PHẦN

1 pound hàu tươi bóc vỏ

1 pound tôm sống jumbo, bóc vỏ và bỏ chỉ

2 quả trứng, đánh nhẹ để riêng

¾ chén bột mì đa dụng

½ chén bột ngô vàng

2 muỗng cà phê gia vị Cajun

½ muỗng cà phê tiêu chanh

2 chén dầu thực vật, để chiên ngập dầu

HƯỚNG DẪN

Đặt hàu vào một bát vừa và đặt tôm vào một bát riêng. Rắc trứng lên tôm và hàu (1 quả trứng mỗi bát) và đảm bảo mọi thứ được tráng đều. Đặt bát sang một bên.

Trong một túi đông lạnh ziplock lớn , thêm bột mì, bột ngô, gia vị Cajun và tiêu chanh. Lắc túi để đảm bảo mọi thứ được trộn đều. Cho tôm vào túi và lắc đều, sau đó lấy tôm ra và đặt lên khay nướng. Bây giờ thêm hàu vào túi và lặp lại quá trình.

Trong nồi chiên ngập dầu hoặc chảo chiên ngập dầu, đun nóng dầu thực vật ở nhiệt độ khoảng 350 đến 360 độ F. Chiên tôm cho đến khi có màu vàng nâu, khoảng 3 đến 4 phút. Sau đó chiên hàu cho đến khi vàng nâu, khoảng 5 phút. Đặt hải sản lên đĩa có lót khăn giấy để thấm bớt dầu thừa. Phục vụ với nước chấm yêu thích của bạn.

73. xông khói cá hồi

Thực hiện: 6 phần ăn

THÀNH PHẦN

2 muỗng canh đường nâu đậm
1 muỗng canh đường cát
1 muỗng canh bột hành
1 muỗng canh bột tỏi
1 muỗng cà phê muối kosher
1 muỗng cà phê tiêu đen thô
½ muỗng cà phê hạt tiêu đỏ
2 pound phi lê cá hồi, không xương và không da
2 muỗng canh khói lỏng
Dầu thực vật, để bôi trơn
chanh nêm, để phục vụ

HƯỚNG DẪN

Trong một túi ziplock lớn , thêm đường, bột hành và tỏi, muối, tiêu đen và ớt đỏ. Đóng túi, sau đó lắc để đảm bảo mọi thứ được kết hợp tốt. Cho phi lê cá hồi vào và cho khói lỏng vào. Đóng túi và lắc để đảm bảo cá hồi được phủ đều. Đặt túi trong tủ lạnh trong 8 giờ. Làm nóng lò ở nhiệt độ 350 độ F. Phết nhẹ một đĩa nướng 9 x 13 inch có lót giấy da.

Lấy túi ra khỏi tủ lạnh, lấy cá hồi ra và đặt vào đĩa. Bỏ túi. Nướng cá hồi, không đậy nắp, trong 20 đến 25 phút. Lấy ra khỏi lò, để nguội. Ăn kèm với chanh.

74. Chiên kĩ Cá da trơn

Thực hiện: 4 phần ăn

THÀNH PHẦN

2 pound phi lê cá da trơn
¼ chén mù tạt vàng
1 chén bột ngô vàng
¾ chén bột mì tự nở
2¾ muỗng cà phê muối nêm
1½ muỗng cà phê ớt bột
1 muỗng cà phê tiêu đen xay
2 chén dầu thực vật, để chiên ngập dầu
Nước sốt tartar và chanh, để phục vụ
Rau mùi tây tươi xắt nhỏ, để trang trí

HƯỚNG DẪN

Phủ mù tạt vàng lên cá da trơn và đặt chúng lên khay nướng. Đặt sang một bên.

Trong một túi cấp đông có khóa zip lớn , thêm bột ngô, bột mì tự nở, muối nêm, ớt bột và tiêu đen. Lắc túi để đảm bảo mọi thứ được trộn đều, sau đó bắt đầu cho cá da trơn vào. Đảm bảo rằng cá trê được tráng một lớp mỏng đẹp mắt, sau đó lấy phi lê ra khỏi túi và bày lên đĩa.

Đun nóng dầu trong nồi chiên ngập dầu hoặc chảo chiên ngập dầu của bạn ở nhiệt độ 350 đến 360 độ F, sau đó cho cá trê vào chiên ngập dầu cho đến khi có màu nâu vàng đẹp mắt (thường là 10 phút, nhưng có thể lâu hơn vài phút nếu cá dày) . Nếu bạn dùng chảo sâu lòng, hãy lật cá từ 3 đến 5 phút một lần. Vớt cá ra đĩa có lót giấy thấm dầu để cá thấm bớt dầu. Phục vụ với sốt tartar và chanh, và trang trí với rau mùi tây.

75. Jambalaya-Nhồi Bắp cải Bánh cuốn

Thực hiện: 6 ĐẾN 8 Khẩu phần

THÀNH PHẦN

2 muỗng canh dầu ô liu siêu nguyên chất
1 pound xúc xích andouille, xắt nhỏ
1 quả ớt chuông đỏ lớn, thái hạt lựu
1 ớt chuông xanh lớn, thái hạt lựu
1 củ hành đỏ lớn, xắt nhỏ
1 (14,5-ounce) lon cà chua thái hạt lựu, không để ráo nước
2 muỗng canh tương cà chua
5 tép tỏi, băm nhỏ
2½ muỗng cà phê gia vị Cajun, chia
2 muỗng cà phê cỏ xạ hương khô
2 thìa cà phê ớt bột
2 muỗng cà phê nước sốt Worrouershire
1½ muỗng cà phê muối cần tây
3 lá nguyệt quế
6 chén nước dùng rau, chia
1½ chén gạo trắng chưa nấu chín
1 pound tôm sống vừa, bóc vỏ và bỏ chỉ
1 đầu bắp cải lớn, bỏ từng lá
Dầu thực vật, để bôi trơn
1 chén nước sốt cà chua đóng hộp
Muối Kosher và hạt tiêu đen, để hương vị

HƯỚNG DẪN

Trong một stockpot lớn trên lửa vừa, làm mưa phùn dầu. Khi dầu nóng, thả xúc xích vào và nấu cho đến khi nó có màu nâu. Lấy xúc xích ra khỏi nồi và đặt nó sang một bên.
Tiếp theo, thêm ớt và hành tây. Nấu cho đến khi chúng mềm và đẹp mắt, sau đó thêm cà chua (cùng với nước ép), bột cà chua và tỏi. Khuấy đều. Thêm 2 thìa cà phê gia vị Cajun, cỏ xạ hương, ớt bột, sốt Worrouershire, muối cần tây, lá nguyệt quế và 3 chén nước luộc rau. Khuấy đều các nguyên liệu, sau đó cho xúc xích trở lại nồi cùng với cơm chưa nấu chín. Khuấy lại và nấu trong 25 đến 30 phút hoặc cho

đến khi chất lỏng được hấp thụ. Sau đó cho tôm vào, đảo đều rồi tắt bếp. Đặt sang một bên.
Trong một nồi kho riêng trên lửa vừa, thêm lá bắp cải và 3 chén nước luộc rau còn lại. Nấu cho đến khi bắp cải mềm, sau đó để ráo nước và để nguội.
Nhẹ dầu một món nướng. Quấn khoảng ¼ chén jambalaya trong mỗi lá bắp cải và đặt các cuộn vào đĩa nướng. Đặt sang một bên.
Trong một bát nhỏ, kết hợp nước sốt cà chua, ½ thìa cà phê gia vị Cajun, muối và hạt tiêu còn lại. Khuấy cho đến khi kết hợp tốt.
Đổ nước sốt cà chua lên khắp các cuộn bắp cải, sau đó đậy đĩa nướng bằng giấy nhôm và nướng trong lò từ 25 đến 30 phút. Lấy ra khỏi lò và để nguội trước khi ăn.

76. Ý nướng

Thực hiện: 10 ĐẾN 12 Khẩu phần

THÀNH PHẦN

2 pound thịt bò xay
1 pound xúc xích Ý xay
1 củ hành vàng vừa, xắt nhỏ
5 tép tỏi, băm nhỏ
1 (45-ounce) lọ nước sốt mì ống chunky
1 muỗng canh gia vị Ý
Muối Kosher và hạt tiêu đen, để hương vị
1 pound mì spaghetti chưa nấu chín
12 ounce phô mai cheddar sắc vàng, cắt nhỏ
6 ounces pho mát cheddar sắc nét màu trắng, cắt nhỏ

HƯỚNG DẪN

Trong một chảo xào lớn trên lửa vừa, làm nâu thịt bò xay và xúc xích. Để ráo mỡ, sau đó cho hành tây vào và nấu cho đến khi trong mờ, từ 3 đến 5 phút. Thêm tỏi, nước sốt mì ống, gia vị Ý, muối và hạt tiêu. Khuấy các thành phần và biến nhiệt xuống thấp. Nấu trong 10 phút.

Trong khi nước sốt đang sôi, nấu mì spaghetti cho đến khi mềm. Xả mì ống, sau đó đặt sang một bên.

Làm nóng lò ở 350 độ F.

Trong đĩa nướng 9 x 13 inch, thêm một phần ba nước sốt thịt ở dưới cùng. Tiếp theo, thêm một nửa số mì spaghetti, sau đó là nước sốt, tiếp theo là một nửa số pho mát. Lặp lại quy trình xếp lớp, kết thúc bằng pho mát. Để mì spaghetti không đậy nắp và nướng trong 30 đến 40 phút. Làm mát một chút trước khi phục vụ.

77. Bít tết gà chiên với nước sốt xúc xích

Thực hiện: 4 ĐẾN 6 Khẩu phần

THÀNH PHẦN

CHO MÓN BÍT TẾT:

2 chén bột mì tự nở
¼ chén bột bắp
2½ muỗng cà phê muối nêm
1 muỗng cà phê bột tỏi
1 muỗng cà phê bột hành
½ muỗng cà phê tiêu đen xay
1 quả trứng
1½ cốc bơ sữa
6 miếng bít tết hình khối (khoảng 2 pound)
2 chén dầu thực vật, để chiên ngập dầu

ĐỐI VỚI XÁM XÚC XÍCH:

½ pound xúc xích heo xay
2 muỗng canh dầu thực vật (dành riêng từ chiên)
⅓ cốc bột mì đa dụng 2 cốc sữa nguyên chất
Muối Kosher và hạt tiêu đen, để hương vị
Hành lá, để trang trí

HƯỚNG DẪN

Trong một túi đông lạnh ziplock lớn, kết hợp bột mì, bột bắp, muối nêm, bột tỏi, bột hành tây và hạt tiêu đen. Lắc túi cho đến khi mọi thứ được kết hợp tốt, sau đó đặt sang một bên.

Trong một bát vừa, kết hợp trứng và sữa bơ và trộn đều bằng máy đánh trứng.

Nhúng từng miếng bít tết đã cắt khối vào hỗn hợp sữa bơ, sau đó đặt miếng bít tết vào túi cấp đông. Lắc túi cho đến khi bít tết được phủ đều, sau đó lấy bít tết ra khỏi túi và đặt chúng sang một bên.

Đổ dầu thực vật vào nồi chiên ngập dầu hoặc chảo chiên ngập dầu và đun nóng dầu ở nhiệt độ 350 đến 360 độ F. Cho từng miếng bít tết vào chiên ngập dầu trong khoảng 5 phút cho đến khi vàng và giòn. Lấy ra khỏi nồi chiên bằng kẹp và đặt bít tết lên giá dây.

Trong khi đó, bắt đầu chiên xúc xích heo trong chảo lớn trên lửa vừa, trong khoảng 5 phút. Sau khi xúc xích chín vàng, vớt xúc xích ra nhưng để lại phần xúc xích nhỏ giọt trong chảo.
Thêm dầu thực vật vào chảo và rắc bột mì. Nấu bột trong 2 phút trên lửa vừa và nhớ đánh đều để bột không bị cháy. Đổ sữa vào và đánh đều. Hãy chắc chắn rằng không có bất kỳ khối u. Khi nước sốt sữa bắt đầu đặc lại, cho xúc xích trở lại chảo và đảo đều.
Nêm chút muối, tiêu cho vừa ăn, đảo đều rồi tắt bếp. Phục vụ bít tết gà rán với nước sốt xúc xích ở trên hoặc ở bên cạnh. Trang trí với hành lá.

78. <u>áp chảo Thịt lợn sườn</u>

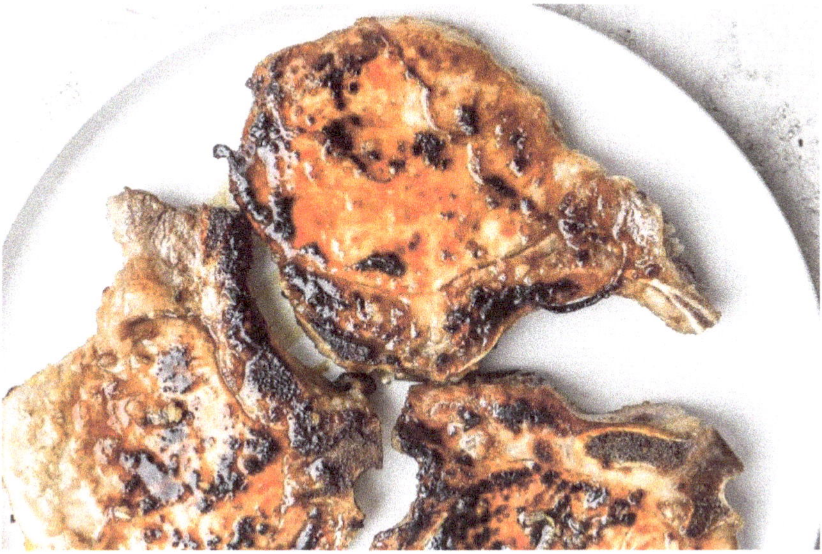

Thực hiện: 4 ĐẾN 6 Khẩu phần

THÀNH PHẦN

4 đến 6 miếng thịt heo có xương cắt mỏng (khoảng 1½ pounds)

2 muỗng canh bột mì đa dụng

2 thìa cà phê muối nêm

1 muỗng cà phê bột hành

½ muỗng cà phê tiêu đen xay

½ muỗng cà phê ớt bột

¼ muỗng cà phê ớt cayenne

¼ chén dầu thực vật

HƯỚNG DẪN

Đặt sườn heo lên một tấm nướng, sau đó đặt sang một bên.

Trong một bát nhỏ, kết hợp bột mì, muối, bột hành tây, hạt tiêu đen, ớt bột và ớt cayenne. Trộn đều. Rắc bột đã pha lên khắp miếng sườn heo. Hãy chắc chắn để có được cả hai bên.

Đổ dầu thực vật vào chảo lớn trên lửa vừa cao. Khi dầu nóng, cho sườn heo vào chiên mỗi mặt trong 5 đến 7 phút hoặc cho đến khi có màu vàng nâu. Lấy ra khỏi chảo, phục vụ và thưởng thức!

79. Gà Cornish nhồi mai

Thực hiện: 6 phần ăn

THÀNH PHẦN

3 chén mật hoa mơ, chia
3 muỗng canh bơ
3 chén hỗn hợp nhồi
3 muỗng canh hạnh nhân xắt nhỏ
6 (1 pound) gà mái Cornish
1 muỗng canh gia vị gia cầm
1 1/2 muỗng cà phê muối
2 muỗng canh dầu thực vật
Em yêu

HƯỚNG DẪN :

Làm nóng lò ở nhiệt độ 350 độ F.

Kết hợp 1-1/2 cốc mật hoa và bơ trong một cái chảo cỡ vừa và đun sôi trên lửa vừa.

Lấy chảo ra khỏi bếp và cho hỗn hợp nhồi và hạnh nhân vào; đậy nắp và để riêng trong 5 phút.

Nhồi 1/2 chén hỗn hợp nhồi vào mỗi con gà mái.

Kết hợp gia vị gia cầm , muối và dầu trong một cái bát hoặc cốc nhỏ và chà kỹ từng con gà mái.

Đặt những con chim vào 1-1/2 cốc mật hoa còn lại ở đáy chảo rang lớn.

Nướng trong 30 phút, sau đó phết mật ong và nướng thêm 30 phút nữa hoặc cho đến khi vỏ vàng.

Phục vụ nhỏ giọt ở bên cạnh.

80. Lasagna bí đỏ bơ

Thực hiện: 12 phần ăn

THÀNH PHẦN

9 mì lasagna , nấu chín
5 chén khoai tây nghiền ấm, dày dặn,
2 (12-ounce) gói bí butternut
1 1/2 chén phô mai ricotta
1 muỗng cà phê bột hành
1/2 muỗng cà phê hạt nhục đậu khấu
1 muỗng cà phê muối
1/2 muỗng cà phê tiêu đen
1 chén hành tây chiên

HƯỚNG DẪN :

Làm nóng lò ở 350 ° F.

Sử dụng bình xịt nấu ăn, phủ lên đĩa nướng 9 x 13 inch.

Cho khoai tây, bí đỏ, phô mai ricotta, bột hành tây, nhục đậu khấu, muối và tiêu đen vào một cái bát trộn lớn.

Đặt 3 sợi mì vào đáy đĩa nướng đã chuẩn bị.
Trải 1/3 hỗn hợp khoai tây lên mì. R lặp lại các lớp hai lần nữa.

Nướng trong 45 phút với giấy nhôm trên cùng; loại bỏ giấy bạc và nướng thêm 8 đến 10 phút, hoặc cho đến khi có màu nâu và nóng đều.

81. Hộp đựng đỗ xanh

Thực hiện: 4 phần ăn

THÀNH PHẦN

1 (16- ounce) túi đậu xanh, rã đông

3 muỗng canh bột mì

1 3/4 cốc sữa

1 (8-ounce) gói nấm, thái lát

1/2 thìa cà phê muối

1/4 muỗng cà phê tiêu đen

1/4 chén phô mai Gorgonzola vụn

1/2 chén hành tây chiên kiểu Pháp

HƯỚNG DẪN :

Làm nóng lò ở 350 ° F.

Sử dụng bình xịt nấu ăn, tráng một đĩa nướng 2 lít.

Xếp đậu xanh vào khay nướng .

Trong một cái chảo vừa, trộn bột và sữa với nhau.

Thêm nấm, muối và hạt tiêu; đun nhỏ lửa và nấu, khuấy thường xuyên, trong 4 đến 5 phút hoặc cho đến khi nước sốt đặc lại.

Trộn phô mai, sau đó đổ đậu xanh. Nhẹ nhàng khuấy đậu.

Nấu trong 15 phút.

Lấy ra khỏi lò, phủ hành tây chiên lên và nướng thêm 10 đến 15 phút nữa hoặc cho đến khi sủi bọt.

82. củ cải vàng Mùa đông Canh

Thực hiện: 4-6 phần ăn

THÀNH PHẦN

1 ½ chén hành vàng – thái lát mỏng

1 chén cần tây - thái lát mỏng

16 ounce nước dùng rau

3 chén rau bina bé

4 chén rau mùi thái hạt lựu , bóc vỏ và thái hạt lựu

1 muỗng canh dầu dừa

½ cốc nước cốt dừa

HƯỚNG DẪN :

Cho dầu ăn vào chảo lớn trên lửa vừa và nấu hành và cần tây .

Thêm rau mùi tây và nước dùng và đun sôi.

Giảm nhiệt xuống thấp và đậy nắp trong 20 phút.

Thêm rau bina, khuấy đều để kết hợp, loại bỏ nhiệt và xay nhuyễn súp theo từng mẻ nhỏ trong máy xay cho đến khi mịn.

Thêm nước cốt dừa và dùng ngay.

83. R oulade W ith Spinach & M nấm

Thực hiện: 3 phần ăn

THÀNH PHẦN

1 chén + 1 muỗng canh dầu thực vật, chia
1 chén hành tây, thái nhỏ
1 chén nấm nâu, thái nhỏ
3 ức gà, không xương và không da
3 muỗng cà phê tiêu đen, chia
3 muỗng cà phê muối, chia
3 muỗng cà phê gia vị Ý, chia
1 chén rau bina, xắt nhỏ và chia
2 quả trứng, đánh tan
1-2 chén vụn bánh mì panko
3 muỗng canh sốt kem Alfredo

HƯỚNG DẪN :

Trong chảo, đun nóng 1 muỗng canh dầu trên lửa vừa và cao. Cho hành tây và nấm vào. Nấu trong 2-3 phút, khuấy thường xuyên.
Thêm 1 muỗng cà phê tiêu đen, muối và gia vị Ý vào cả hai mặt của mỗi ức gà.
Dùng cây cán bột, nhẹ nhàng làm phẳng ức gà.
Trên một tấm bọc nhựa mới, đặt một ức gà. Rắc 13 chén rau bina non lên trên ức gà.
Dự trữ 1-2 muỗng cà phê hỗn hợp nấm và hành tây, sau đó cho một phần ba hỗn hợp nấm và hành tây còn lại lên trên.
Cuộn gà thật chặt vào một khúc gỗ và bọc kín bằng màng bọc thực phẩm.
Đặt các cuộn gà vào tủ lạnh trong 30–60 phút để làm lạnh.
Tháo màng bọc thực phẩm ra khỏi cuộn gà và đặt chúng sang mộ bên.
Đổ trứng vào một đĩa cạn và vụn bánh mì panko vào đĩa kia. Mỗ cuộn gà nên được nhúng vào trứng đánh.
Cuối cùng, cuộn trong panko và áo khoác hoàn toàn.
Trong một cái nồi trên lửa vừa, đun nóng 1 chén dầu trong 3-4 phút
Chiên các cuộn gà đã tẩm bột trong khoảng 5 phút cho mỗi mặ hoặc cho đến khi có màu vàng nâu.
Lấy cuộn gà ra khỏi lò và phủ sốt kem Alfredo.

84. Bí đỏ Đậu gà Dừa Cà ri

Số lượng: 4-6 Khẩu phần

THÀNH PHẦN

2 muỗng canh dầu ô liu

½ chén hành tây, thái hạt lựu

3 tép tỏi, ép hoặc băm nhỏ

1 muỗng canh gừng, nạo

2 và ½ chén bí ngô, gọt vỏ và thái khối

2 và ½ muỗng canh sốt cà ri đỏ

1 - 14 oz. lon nước cốt dừa

2 chén bông cải xanh, cắt thành hoa

1 chén đậu xanh đóng hộp

½ chén hạt điều, không ướp muối

1 muỗng canh nước cốt chanh

¼ chén rau mùi, xắt nhỏ

HƯỚNG DẪN :

Trong một cái nồi lớn, đun nóng dầu trên lửa vừa. Thêm hành tây, gừng và tỏi. Xào thêm một phút nữa hoặc cho đến khi hành tây mềm, trong suốt và có mùi thơm.

Quăng bột cà ri và bí ngô. Nấu thêm một phút nữa.

Đun sôi, khuấy trong nước cốt dừa. Giảm nhiệt xuống thấp và đậy nắp. Nấu trong 15 phút ở nhiệt độ thấp.

Thêm bông cải xanh và tiếp tục nấu, không đậy nắp, thêm 5 phút nữa.

Thêm đậu xanh, hạt điều và nước cốt chanh vào và khuấy đều.

Trang trí với rau mùi trước khi phục vụ.

MÓN TRÁNG MIỆNG

85. Đào Cobbler

Thực hiện: 8 ĐẾN 10 Khẩu phần

THÀNH PHẦN

Dầu thực vật, để bôi trơn
¼ chén bột mì đa dụng
½ cốc nước
2 (14,5-ounce) lon đào thái lát trong xi-rô nặng
¾ chén đường cát
½ chén (1 que) bơ mặn
1 muỗng canh chiết xuất vani
1½ muỗng cà phê quế xay
½ muỗng cà phê gừng xay
¼ muỗng cà phê hạt nhục đậu khấu
2 vỏ bánh mua ở cửa hàng làm lạnh

HƯỚNG DẪN

Làm nóng lò ở nhiệt độ 350 độ F. Bôi mỡ nhẹ đĩa nướng 8 x 11 inch hoặc đĩa nướng hình bầu dục.

Trong một cốc đo chất lỏng, thêm bột mì và nước, trộn đều. Đặt sang một bên.

Trong một cái chảo vừa trên lửa vừa và cao, thêm đào, đường, bơ, vani, quế, gừng và nhục đậu khấu. Khuấy nguyên liệu và để bơ tan chảy hoàn toàn. Tiếp theo, đổ hỗn hợp nước và bột vào. Khuấy và nấu thêm 5 phút nữa.

Tung ra một trong những miếng bột bánh và cắt thành hình vuông 2 inch. Đặt các hình vuông vào đĩa nướng, sau đó đổ đầy cobbler vào. Tung ra bột bánh thứ hai. Top cobbler với bột còn lại.

Chải bất kỳ chất làm đầy đá cuội còn sót lại nào từ nồi lên trên đá cuội. Nướng cobbler trong 35 đến 40 phút. Làm mát một chút trước khi phục vụ.

86. Màu đỏ bánh nhung

Thực hiện: 10 ĐẾN 12 Khẩu phần

THÀNH PHẦN

2½ chén bột mì đa dụng
2 muỗng cà phê bột ca cao không đường
1 muỗng cà phê muối kosher
1 muỗng cà phê baking soda
2 quả trứng, ở nhiệt độ phòng
1½ chén đường cát
1½ chén dầu thực vật
1 cốc buttermilk, ở nhiệt độ phòng
1½ muỗng cà phê chiết xuất vani
1 muỗng cà phê giấm trắng chưng cất
1 ounce màu thực phẩm đỏ

ĐỐI VỚI BÓNG ĐÁ:

16 ounce pho mát kem, làm mềm
1 chén (2 que) bơ không ướp muối, làm mềm
8 chén đường bột
1 muỗng canh sữa nguyên chất
2 muỗng cà phê chiết xuất vani

HƯỚNG DẪN

Làm nóng lò ở nhiệt độ 325 độ F. Xịt hai chảo bánh 9 inch bằng bình xịt nướng, hoặc bôi mỡ và bột lên chúng.

Trong một bát trộn lớn, kết hợp bột mì, bột ca cao, muối và muối nở rồi rây hoặc đánh đều với nhau.

Trong một bát vừa, đập trứng ra và đánh bằng máy đánh trứng. Đổ đường, dầu, bơ sữa và vani vào tô, dùng máy trộn cầm tay trộn ở tốc độ thấp cho đến khi mọi thứ đều và mịn như kem.

Từ từ kết hợp các thành phần ướt với các thành phần khô trong tô lớn. Hãy chắc chắn trộn ở tốc độ thấp! Sau khi mọi thứ vừa được kết hợp, hãy chuyển từ trộn bột bánh bằng máy trộn cầm tay sang trộn bột bằng thìa. Tiếp theo, thêm giấm và màu thực phẩm đỏ. Gấp cho đến khi tất cả bột bánh có màu đỏ và không có vệt.

Đổ một lượng bột bánh bằng nhau vào mỗi khuôn bánh. Lắc và gõ nhẹ vào chảo để giải phóng bọt khí, sau đó để yên trong 5 phút.

Nướng bánh trong 25 đến 30 phút. Lấy bánh ra khỏi khay bánh và đặt lên giá làm mát.
Trong khi bánh đang nguội, làm kem phủ. Trong một bát lớn, kết hợp pho mát kem và bơ. Đánh kem hai thành phần với nhau bằng máy trộn cầm tay, sau đó từ từ thêm đường bột vào mỗi lần 1 cốc. Thêm sữa và vani vào, trộn đều cho đến khi kem mịn và đẹp mắt. Khi bánh đã nguội hoàn toàn, hãy làm lạnh chúng.

87. bánh mì sốt rượu rum

Thực hiện: 8 ĐẾN 10 Khẩu phần

THÀNH PHẦN

Dầu thực vật, để bôi trơn

3 chén rưỡi

½ chén đường cát

½ chén đường nâu

5 quả trứng, đánh nhẹ

1 muỗng canh chiết xuất vani

1½ muỗng cà phê quế xay

½ muỗng cà phê hạt nhục đậu khấu

1 (16-ounce) ổ bánh mì Pháp một ngày tuổi, cắt khối

CHO SỐT RUM :

1 chén kem nặng

4 muỗng canh bơ không ướp muối

½ chén đường bột

1 muỗng canh bột mì đa dụng

2 muỗng cà phê chiết xuất rượu rum

HƯỚNG DẪN

Làm nóng lò ở nhiệt độ 350 độ F. Bôi mỡ nhẹ lên đĩa nướng 9 x 13 inch.

Trong một bát trộn lớn, kết hợp nửa rưỡi, đường, trứng, vani, quế và nhục đậu khấu, trộn cho đến khi kết hợp tốt, sau đó đặt sang một bên.

Trong đĩa đã chuẩn bị, trải đều bánh mì đã cắt khối, đổ hỗn hợp trứng lên trên bánh mì và để yên trong khoảng 25 phút. Nướng trong lò, không đậy nắp, trong 45 đến 50 phút. Lấy ra khỏi lò, sau đó để nguội.

Để làm nước sốt, đổ kem nặng vào một cái chảo lớn trên lửa vừa. Thêm bơ, đường bột và bột mì. Nấu khoảng 5 phút, hoặc cho đến khi nước sốt đặc lại. Thêm chiết xuất rượu rum vào, sau đó tắt lửa. Khuấy, sau đó múc nước sốt lên bánh pudding. Phục vụ và thưởng thức!

88. Berry Cobbler hỗn hợp với bánh quy đường

Thực hiện: 10 phần ăn

THÀNH PHẦN

Dầu thực vật, để bôi trơn
2 chén dâu tây tươi, thái lát
2 chén quả mâm xôi tươi
2 chén quả việt quất tươi
1 chén đường cát
¾ cốc nước
2 muỗng canh bơ không ướp muối
1 muỗng canh chiết xuất vani
3 muỗng canh bột bắp

ĐỐI VỚI BÁNH MÌ ĐẶT TRÊN BÁNH QUY:

2 chén bột mì đa dụng
¼ chén đường cát
3 muỗng canh bột nở
½ muỗng cà phê muối kosher
¾ chén bơ sữa
5 muỗng canh bơ lạnh không ướp muối, cắt nhỏ
2 muỗng cà phê chiết xuất vani
2 muỗng canh bơ không muối tan chảy
2 muỗng canh đường thô

HƯỚNG DẪN

Làm nóng lò ở nhiệt độ 375 độ F. Bôi mỡ nhẹ lên đĩa nướng 9 x 13 inch.

Trong một cái nồi lớn trên lửa vừa, kết hợp các loại quả mọng với đường, nước, bơ và vani. Khi bong bóng bắt đầu hình thành, hãy múc khoảng ¼ cốc chất lỏng ra khỏi nồi.

Trong một bát nhỏ, kết hợp ¼ cốc chất lỏng nóng với bột ngô và trộn cho đến khi không còn vón cục. Đổ lại hỗn hợp bột bắp vào nồi cùng với quả mọng và khuấy đều. Nấu cho đến khi mọi thứ đặc lại, sau đó đổ hỗn hợp trái cây vào đĩa nướng. Để qua một bên.

Đối với mặt bánh quy, trong một bát lớn, kết hợp bột mì, đường, bột nở và muối. Đánh đều cho đến khi kết hợp tốt. Thêm vào bơ

sữa, bơ vụn và vani. Trộn các thành phần với nhau. Múc hỗn hợp bánh quy ra và đặt lên trên lớp nhân quả mọng.
Chải bánh quy với bơ tan chảy, sau đó rắc đường thô. Nướng trong lò, không đậy nắp, trong 30 đến 35 phút. Lấy ra khỏi lò và để nguội. Phục vụ có hoặc không có kem.

89. thanh chanh dễ dàng

Thực hiện: 12 phần ăn

THÀNH PHẦN

ĐỐI VỚI BÁNH MÌ:

1¾ chén bột mì đa dụng
½ chén đường cát
¼ chén bột bắp
½ muỗng cà phê hạt nhục đậu khấu
¼ muỗng cà phê muối kosher
1 chén (2 que) bơ không ướp muối, làm mềm

ĐỂ ĐIỀN:

1½ chén đường cát
¼ chén bột mì đa dụng
4 quả trứng, đánh nhẹ
½ cốc nước cốt chanh mới vắt (từ khoảng 3 quả chanh lớn)
2 muỗng cà phê vỏ chanh
Đường bột, để phủ bụi

HƯỚNG DẪN

Làm nóng lò ở nhiệt độ 350 độ F. Lót giấy nướng vào khay nướng có kích thước 9 x 13 inch và xịt bằng bình xịt nấu ăn không dính.

Trong một bát trộn lớn, trộn đều bột mì, đường, bột ngô, nhục đậu khấu và muối. Thêm bơ vào hỗn hợp bột và trộn bằng nĩa cho đến khi nó vụn.

Đặt hỗn hợp vào chảo nướng đã chuẩn bị và ấn xuống thành một lớp đều. Nướng đế bánh mì ngắn trong 20 đến 25 phút hoặc cho đến khi bánh hơi chuyển sang màu nâu. Lấy ra khỏi lò và để một bên.

Để làm nhân chanh, trong một bát trộn lớn, đánh đường và bột mì cho đến khi kết hợp tốt. Thêm trứng, nước chanh và vỏ chanh và trộn kỹ. Đổ nước cốt chanh lên bánh mì.

Nướng trong 20 đến 22 phút, cho đến khi nhân chanh đông lại. Lấy ra khỏi lò và để nguội đến nhiệt độ phòng trước khi cho vào tủ lạnh trong 2 giờ. Rây một ít đường bột lên trên trước khi ăn.

90. Trứng bánh trứng thanh

Thực hiện: 12 phần ăn

THÀNH PHẦN

ĐỐI VỚI LỚP VỎ:

Dầu thực vật, để bôi trơn
1 gói bánh xốp vani nghiền
1 chén (2 que) bơ không ướp muối, làm mềm
¾ chén đường cát

ĐỐI VỚI CUSTARD:

4 cốc sữa cô đặc, chia
6 quả trứng, đánh nhẹ
⅔ chén đường cát
2 muỗng canh bột mì đa dụng
1 muỗng cà phê chiết xuất vani
¼ muỗng cà phê hạt nhục đậu khấu

HƯỚNG DẪN

Làm nóng lò ở nhiệt độ 325 độ F. Bôi mỡ nhẹ lên đĩa nướng 9 x 13 inch.

Trong một bát lớn, thêm các miếng vani nghiền nát, bơ và đường. Trộn các thành phần cho đến khi chúng được kết hợp tốt và giống như cát ướt.

Rắc hỗn hợp wafer vani vào đĩa nướng, ấn đều vào đáy đĩa. Đặt sang một bên.

Trong một cái chảo lớn trên lửa vừa, làm ấm 3 cốc sữa đặc. Đun đến khi sủi bọt thì tắt bếp.

Trong một bát trộn vừa, kết hợp 1 cốc sữa cô đặc còn lại với trứng, đường, bột mì, vani và nhục đậu khấu. Trộn cho đến khi kết hợp tốt.

Từ từ đổ hỗn hợp trứng vào nồi cùng với sữa nóng. Đánh thật kỹ.

Đổ hỗn hợp sữa trứng vào đĩa nướng, trên lớp vỏ wafer vani. Nướng trong lò từ 45 đến 50 phút, hoặc cho đến khi sữa trứng cứng lại. Lấy ra khỏi lò và để nguội trước khi ăn.

91. bánh khoai lang

Thực hiện: 10 ĐẾN 12 Khẩu phần

THÀNH PHẦN

ĐỐI VỚI LỚP VỎ:

Dầu thực vật, để bôi trơn
1¼ chén bột mì đa dụng
¼ chén bơ muối lạnh, thái hạt lựu hoặc cắt nhỏ
¼ chén bơ ngắn có hương vị
2 muỗng canh đường cát
1 muỗng cà phê chiết xuất vani
½ muỗng cà phê muối kosher
1½ muỗng canh nước đá

ĐỂ ĐIỀN:

3 củ khoai lang vừa, gọt vỏ và xắt nhỏ
1 chén đường cát
1 muỗng cà phê bột quế
½ muỗng cà phê hạt nhục đậu khấu
¼ thìa cà phê gừng xay
2 quả trứng
½ cốc sữa cô đặc
1 muỗng canh chiết xuất vani
1 chén (2 que) bơ mặn, làm mềm

HƯỚNG DẪN

Làm nóng lò ở nhiệt độ 325 độ F. Bôi mỡ nhẹ khuôn bánh 9 inch. Trong một bát trộn lớn, kết hợp bột mì, bơ, mỡ, đường, vani, muối và nước đá. Trộn các thành phần cho đến khi tạo thành một khối bột, sau đó bọc bằng màng bọc thực phẩm và để bột trong tủ lạnh từ 1 đến 2 giờ.

Trong một cái nồi vừa trên lửa lớn, thêm khoai lang và khoảng 4 đến 6 cốc nước. Luộc khoai tây cho đến khi chín mềm. Sau khi khoai chín, vớt khoai ra để ráo nước.

Cho khoai lang đã nguội vào một bát trộn lớn và đánh cho đến khi khoai có màu kem đẹp mắt. Rắc đường, quế, nhục đậu khấu và gừng. Trộn các thành phần với nhau. Tiếp theo, thêm trứng, sữa cô đặc, vani và bơ. Đánh cho đến khi hỗn hợp có dạng kem và thoáng. Đặt bát sang một bên.

Lấy bột ra khỏi tủ lạnh, rắc bột lên một mặt phẳng và cán mỏng bột. Đặt nó vào chảo bánh và nướng vỏ bánh trong 7 đến 10 phút.

Lấy vỏ bánh ra khỏi lò, sau đó vặn lửa ở nhiệt độ 350 độ F. Cho nhân khoai lang vào vỏ bánh và dàn mỏng. Nướng bánh trong vòng 45 đến 50 phút, cho đến khi nhân chín. Để bánh nguội đến nhiệt độ phòng trước khi phục vụ.

92. Cổ hủ bánh bơ sữa

Thực hiện: 10 ĐẾN 12 Khẩu phần

THÀNH PHẦN

Dầu thực vật, để bôi trơn
3 quả trứng
1¼ chén đường cát
½ chén bơ không ướp muối, tan chảy
4 muỗng canh bột mì đa dụng
1 cốc bơ sữa
1 thìa nước cốt chanh
2 muỗng cà phê chiết xuất vani
⅛ muỗng cà phê hạt nhục đậu khấu
1 (9 inch) vỏ bánh mua ở cửa hàng làm lạnh

HƯỚNG DẪN

Làm nóng lò ở nhiệt độ 325 độ F. Bôi mỡ nhẹ khuôn bánh 9 inch. Trong một bát trộn lớn, đánh trứng. Cho đường, bơ và bột mì vào. Trộn cho đến khi mọi thứ được kết hợp tốt. Đổ buttermilk vào và khuấy đều. Thêm nước cốt chanh, vani và nhục đậu khấu. Trộn cho đến khi mọi thứ đều đẹp và mịn màng.

Đổ hỗn hợp vào vỏ bánh, đặt vào khuôn bánh và nướng trong lò trong 1 giờ 10 phút hoặc cho đến khi phần nhân đông lại. Để nguội hoàn toàn, trong khoảng 45 phút, trước khi cắt và phục vụ.

93. Sữa bơ bánh sô cô la

Thực hiện: 12 phần ăn

THÀNH PHẦN

½ chén dầu thực vật, cộng thêm dầu mỡ
2 chén bột mì đa dụng, cộng thêm bột mì
¾ chén bột ca cao không đường
2 muỗng cà phê bột nở
1½ thìa cà phê baking soda
1 muỗng cà phê muối kosher
2 chén đường cát
1 cốc sữa bơ nguyên chất
2 quả trứng lớn
1 muỗng canh chiết xuất vani
1 tách cà phê nóng

ĐỐI VỚI BÓNG ĐÁ:

1½ chén (3 que) bơ không ướp muối, ở nhiệt độ phòng
5 chén đường bột
1 chén bột ca cao không đường
¼ tách cà phê, ở nhiệt độ phòng
¼ cốc rưỡi
2 muỗng cà phê chiết xuất vani

HƯỚNG DẪN

Làm nóng lò ở nhiệt độ 350 độ F. Phết nhẹ mỡ và bột mì lên đĩa nướng 9 x 13 inch.

Rây bột vào tô lớn cùng với bột ca cao, bột nở, muối nở và muối. Đổ đường, buttermilk, dầu, trứng và vani. Trộn các thành phần bằng máy trộn cầm tay ở tốc độ trung bình. Từ từ bắt đầu thêm cà phê. Trộn ở tốc độ thấp cho đến khi các thành phần được kết hợp tốt.

Đổ bột bánh vào đĩa nướng đã chuẩn bị và nướng bánh trong 30 đến 35 phút (hoặc cho đến khi hoàn thành). Lấy bánh ra khỏi lò và để nguội.

Trong khi chờ bánh nguội, chuẩn bị phủ kem. Đánh kem bơ bằng máy trộn cầm tay ở tốc độ trung bình. Vặn máy trộn xuống tốc độ thấp và từ từ thêm đường và bột ca cao. Trộn cho đến khi kết hợp tốt.

Đổ cà phê rưỡi vào và trộn cho đến khi mịn và đẹp. Tiếp theo, thêm vani vào và tiếp tục trộn cho đến khi kem mịn và đẹp. Sau khi bánh nguội hoàn toàn, làm lạnh bánh.

94. yêu tinh Dừa bánh bông lan

Thực hiện: 10 phần ăn

THÀNH PHẦN

Dầu thực vật, để bôi trơn
3 cốc bột mì đa dụng, cộng thêm bột mì
1 pound (4 que) bơ mặn, ở nhiệt độ phòng
8 ounce pho mát kem, ở nhiệt độ phòng
3 chén đường cát
6 quả trứng
4 ounce hỗn hợp bánh pudding chanh ăn liền
¼ chén dừa nạo ngọt
3 thìa nước cốt chanh
Vỏ từ 2 quả chanh lớn
2½ muỗng cà phê chiết xuất dừa
2 muỗng cà phê chiết xuất vani

ĐỂ LÀM KEM PHỦ:

1½ chén đường bột
3 đến 4 muỗng canh nước cốt chanh
1 muỗng cà phê chiết xuất dừa

HƯỚNG DẪN

Làm nóng lò nướng ở nhiệt độ 325 độ F. Bôi mỡ và bột vào chảo Bundt.

Trong máy trộn đứng hoặc tô trộn lớn có máy trộn cầm tay, đánh bơ và pho mát kem với nhau ở tốc độ trung bình trong khoảng 2 đến 3 phút. Cho đường vào và bắt đầu cho trứng vào. Trộn ở tốc độ trung bình cho đến khi kết hợp tốt.

Từ từ thêm bột, chỉ một chút tại một thời điểm. Sau đó thêm hỗn hợp bánh pudding, dừa nạo, nước cốt chanh và vỏ, nước cốt dừa và vani. Trộn bột ở tốc độ trung bình cho đến khi nó có dạng kem.

Đổ bột bánh vào chảo đã chuẩn bị. Nướng trong 1 giờ 25 phút, hoặc cho đến khi hoàn thành. Lấy bánh ra khỏi lò, để nguội trước khi lấy bánh ra khỏi khuôn.

Trong khi bánh nguội, chuẩn bị men. Trong một bát vừa, kết hợp đường bột, nước cốt chanh và chiết xuất dừa, và trộn bằng máy đánh trứng cho đến khi không còn vón cục. Rưới men lên khắp bánh, sau đó để yên trong 5 phút trước khi ăn.

95. Bánh bông lan khoai lang

Thực hiện: 16 phần ăn

THÀNH PHẦN

6 quả trứng ở nhiệt độ phòng
1 chén đường cát
1 chén cộng với 1 muỗng canh bột mì đa dụng
½ muỗng cà phê bột nở
¼ muỗng cà phê muối kosher
3 muỗng canh khoai lang nghiền
1 muỗng cà phê chiết xuất vani

HƯỚNG DẪN

Làm nóng lò ở nhiệt độ 350 độ F. Xịt hai chảo bánh 9 inch bằng bình xịt nướng, hoặc bôi mỡ và bột mì lên chúng.

Trong một bát trộn lớn, đánh trứng bằng máy trộn cầm tay ở tốc độ cao trong 1 đến 2 phút. Từ từ bắt đầu thêm đường vào, và tiếp tục đánh trứng cho đến khi chúng đặc lại, bông và đẹp, khoảng 5 phút.

Trong một bát vừa, kết hợp bột mì, bột nở và muối. Đánh đều với nhau cho đến khi kết hợp tốt. Đặt bát sang một bên.

Cho khoai lang nghiền và vani vào bát trứng đánh bông, khuấy đều, sau đó rắc hỗn hợp bột mì vào. Từ từ gấp các thành phần cho đến khi kết hợp tốt, nhưng không trộn quá nhiều.

Đổ đều bột bánh vào từng khuôn bánh. Nướng trong 25 đến 30 phút. Lấy ra khỏi lò và úp ngược chảo lên giá đỡ bằng dây. Để nguội trong 5 phút trước khi lấy bánh ra khỏi chảo, sau đó để bánh nguội hoàn toàn trước khi ăn.

96. Bánh Bundt Praline

Thực hiện: 12 phần ăn

THÀNH PHẦN

3 chén bột mì đa dụng
1 muỗng cà phê baking soda
1 muỗng cà phê muối kosher
1½ chén đường nâu
1½ chén đường cát
1½ chén (3 que) bơ không ướp muối, ở nhiệt độ phòng
5 quả trứng lớn
1 cốc bơ sữa
1 muỗng canh chiết xuất vani

ĐỐI VỚI BÓNG ĐÁ:

5 muỗng canh bơ không ướp muối
1 chén đường nâu
1¼ chén đường bột
¼ cốc sữa cô đặc
1 muỗng cà phê chiết xuất vani
1 chén hồ đào xắt nhỏ

HƯỚNG DẪN

Làm nóng lò nướng ở nhiệt độ 325 độ F. Xịt bình xịt chống dính lên chảo Bundt lớn.

Trong một bát trộn lớn, rây bột mì, baking soda và muối với nhau. Đặt sang một bên.

Trong một bát lớn riêng biệt, kết hợp đường và bơ không muối. Trộn cho đến khi hỗn hợp sánh mịn, sau đó bắt đầu cho từng quả trứng vào. Trộn cho đến khi kết hợp tốt.

Luân phiên thêm sữa bơ và các nguyên liệu khô vào bát cùng với hỗn hợp bơ và trứng cho đến khi mọi thứ hòa quyện vào nhau. Nhớ trộn ở tốc độ thấp. Tiếp theo, thêm vani và gấp vào bột.

Đổ bột bánh vào chảo đã chuẩn bị và lắc để loại bỏ bất kỳ túi khí nào. Nướng bánh trong 1 giờ đến 1 giờ 15 phút, cho đến khi bánh có màu vàng nâu. Lấy bánh ra khỏi lò và để nguội trong khuôn 20 phút trước khi lấy bánh ra khỏi khuôn.

Để làm kem, làm tan chảy bơ trong một cái chảo vừa trên lửa vừa và cao. Cho đường nâu và đường bột vào. Đổ sữa cô đặc vào, khuấy đều. Để bong bóng trong 2 phút, sau đó tắt lửa. Thêm vani và rắc hồ đào. Cho nguyên liệu vào, sau đó để yên trong 20 phút.
Đổ kem hồ đào lên khắp mặt bánh và để yên bánh ít nhất 30 phút trước khi ăn.

97. Quả dứa Upside -Down Cheesecake

Thực hiện: 12 phần ăn

THÀNH PHẦN

CHO CÁC BÁNH:

⅓ chén dầu thực vật, cộng thêm dầu mỡ
4 muỗng canh bơ không ướp muối, tan chảy
½ chén đường nâu đậm
1 (20-ounce) lon dứa khoanh, trong nước ép
10 đến 12 quả anh đào Maraschino
1 (15,25-ounce) gói hỗn hợp bánh màu vàng
1 chén dứa nghiền
3 quả trứng lớn, đánh nhẹ

ĐỂ ĐIỀN:

24 ounce pho mát kem, làm mềm
1 chén đường bột
¼ chén kem chua
3 quả trứng
2 muỗng canh bột mì đa dụng
1 muỗng canh chiết xuất vani
1 muỗng canh nước ép dứa

HƯỚNG DẪN

Làm nóng lò ở nhiệt độ 350 độ F. Thoa dầu nhẹ vào hai chảo dạng lò xo 8 inch. Đặt một cái sang một bên và thêm bơ tan chảy và đường nâu vào cái còn lại. Thêm các khoanh dứa vào đáy chảo, sau đó thêm quả anh đào Maraschino vào giữa các khoanh dứa. Đặt chảo dạng lò xo sang một bên.

Đổ hỗn hợp bánh vào một bát trộn lớn và đánh tan các cục. Thêm dứa nghiền, dầu thực vật và trứng vào. Trộn cho đến khi kết hợp tốt.

Chia bột và đổ một nửa lên hỗn hợp dứa, anh đào và đường nâu. Đổ phần bột còn lại vào khuôn lò xo thứ hai. Nướng bánh trong 25 đến 30 phút, hoặc cho đến khi hoàn thành. Để bánh nguội.

Trong một bát trộn lớn, kết hợp pho mát kem, đường bột và kem chua. Trộn cho đến khi nó mịn và đẹp như kem, sau đó bắt đầu thêm trứng vào. Thêm bột mì, vani và nước dứa. Trộn cho đến khi kết hợp tốt.

Đổ nhân bánh pho mát lên trên những chiếc bánh trong khuôn dạng lò xo. Bọc đáy chảo bằng giấy nhôm và đặt chúng vào chảo rang. Tạo nồi cách thủy bằng cách đổ khoảng 2 đến 3 inch nước nóng vào chảo rang.

Đặt bánh vào lò nướng và nướng trong 1 giờ đến 1 giờ 15 phút, cho đến khi nhân được thiết lập.

Đặt bánh với dứa và anh đào lên trên lớp bánh pho mát. Hãy ngồi trong 10 phút trước khi phục vụ.

98. Bánh gạo g

Thực hiện: 4 ĐẾN 6 Khẩu phần

THÀNH PHẦN

2 cốc rưỡi, chia
1½ chén cơm chín
2 muỗng canh bơ không ướp muối
1 quả trứng
⅓ chén đường cát
2 muỗng cà phê chiết xuất vani
½ muỗng cà phê bột quế
½ muỗng cà phê muối kosher
¼ muỗng cà phê hạt nhục đậu khấu
¼ cốc nho khô

HƯỚNG DẪN

Trong một cái chảo vừa trên lửa vừa, kết hợp 1½ chén rưỡi với cơm và bơ đã nấu chín. Khuấy các thành phần và đun nhỏ lửa trong 15 phút.

Trong khi nấu, trộn nửa rưỡi còn lại với trứng, đường, vani, quế, muối và nhục đậu khấu trong một bát vừa. Trộn cho đến khi kết hợp tốt.

Sau khi nấu hỗn hợp cơm được 15 phút, đổ hỗn hợp trứng và nho khô vào, khuấy đều. Nấu trên lửa vừa trong 5 phút. Tắt lửa và khuấy đều các nguyên liệu. Phục vụ ấm hoặc lạnh.

99. fa mily bánh pudding chuối

Thực hiện: 8 ĐẾN 10 Khẩu phần

THÀNH PHẦN

1 chén đường cát
⅓ chén bột bắp
½ muỗng cà phê muối kosher
¼ muỗng cà phê hạt nhục đậu khấu
3 ly sữa nguyên chất
3 quả trứng
2 muỗng cà phê chiết xuất vani
1½ chén kem nặng
⅔ chén đường bột, rây mịn
4 quả chuối chín lớn
1 (11-ounce) hộp bánh xốp vani
1 gói bánh Chessmen

HƯỚNG DẪN

Trong một cái chảo lớn, kết hợp đường, bột ngô, muối và hạt nhục đậu khấu. Rây hoặc khuấy các thành phần, sau đó đổ sữa vào và khuấy đều cho đến khi kết hợp tốt. Đặt chảo trên lửa vừa và nấu trong khoảng 15 phút. Khuấy liên tục. Giảm nhiệt xuống thấp và múc khoảng ½ cốc hỗn hợp sữa nóng.

Trong một bát lớn, đánh trứng. Đổ từ từ ½ cốc hỗn hợp sữa nóng vào và tiếp tục khuấy đều. Bằng cách này, bạn đang từ từ nâng nhiệt độ của trứng lên và điều này giúp trứng không bị chín khi bạn cho chúng vào nồi.

Quay trở lại đầu bếp và biến nhiệt trở lại mức trung bình. Khuấy hỗn hợp sữa nóng và thêm hỗn hợp trứng vào nồi. Khuấy liên tục và thêm vani. Khuấy và nấu thêm 2 phút nữa. Tắt bếp và để yên trong 2 phút. Đổ bánh pudding nóng vào một cái bát chịu nhiệt.

Khi bánh pudding đã nguội một chút, hãy bọc nó bằng màng bọc thực phẩm. Đảm bảo màng bọc thực phẩm chạm vào bánh pudding. Điều này ngăn không cho bánh pudding tạo màng trên bề mặt. Để bánh pudding ngồi cho đến khi nó đạt đến nhiệt độ phòng.

Trong khi bánh pudding nguội, chuẩn bị kem đánh bông. Đổ kem nặng vào một bát vừa và rắc đường bột. Trộn các thành phần bằng

máy trộn cầm tay ở tốc độ cao cho đến khi nó chuyển thành kem tươi. Đặt bát sang một bên.
Khi bánh pudding đã đạt đến nhiệt độ phòng, hãy cắt lát chuối.
Trong một đĩa nướng 9 x 13 inch, thêm một ít bánh xốp vani và lát chuối ở dưới cùng, sau đó thêm một nửa bánh pudding lên trên. Làm mịn lớp bánh pudding, sau đó thêm một lớp bánh xốp và chuối khác. Thêm lớp bánh pudding cuối cùng, sau đó thêm kem tươi. Phủ bánh pudding với bánh quy Chessmen lên trên và phục vụ. Che và làm lạnh bất kỳ thức ăn thừa nào.

100. Bánh bao cua, tôm và tôm hùm

Thực hiện: 6 phần ăn

THÀNH PHẦN

3 muỗng canh dầu ô liu siêu nguyên chất
2 củ khoai tây đỏ vừa, gọt vỏ và thái hạt lựu
½ củ hành đỏ vừa, thái hạt lựu
1½ chén đậu Hà Lan và cà rốt đông lạnh, rã đông
½ chén bơ mặn
½ chén bột mì đa dụng
1½ cốc nước dùng hải sản
1 cốc sữa nguyên chất
1 chén thịt cua cục
1 chén thịt tôm hùm
1 chén tôm sống cỡ vừa, bóc vỏ và bỏ chỉ
2½ muỗng cà phê gia vị Creole
2 vỏ bánh mua ở cửa hàng làm lạnh
1 quả trứng, đánh tan
1 muỗng canh nước

HƯỚNG DẪN

Làm nóng lò ở 425 độ F.

Trong một chảo vừa trên lửa vừa, thêm dầu. Khi dầu nóng, thả khoai tây vào và nấu cho đến khi mềm. Thêm hành tây và nấu trong 5 phút trước khi thêm đậu Hà Lan và cà rốt. Đun thêm 3 phút nữa thì tắt bếp, để sang một bên.

Trong một cái chảo lớn trên lửa vừa, làm tan chảy bơ, sau đó rắc bột mì vào. Nấu trong khoảng 3 đến 4 phút. Đánh bông nước dùng hải sản và sữa. Thêm rau, hải sản và gia vị Creole và khuấy nhẹ.

Đặt 1 lớp vỏ bánh vào đáy chảo sâu lòng, sau đó đổ nhân hải sản vào vỏ bánh. Đặt lớp vỏ bánh thứ hai lên trên hỗn hợp hải sản, và véo các mặt của lớp vỏ cho kín.

Trong một cái bát nhỏ, trộn trứng đã đánh và nước, sau đó phết hỗn hợp lên mặt bánh nồi. Nướng bánh nồi trong 30 phút, không đậy nắp. Làm mát một chút trước khi phục vụ.

Bánh bao cua, tôm và tôm hùm

PHẦN KẾT LUẬN

Chúng tôi hy vọng bạn thích khám phá thế giới của những bữa ăn ngon miệng và thoải mái với SỰ HOÀN THÀNH SÁCH NẤU ĂN THOẢI MÁI. Từ mac và pho mát cổ điển đến thịt bò hầm thịnh soạn, những công thức này chắc chắn sẽ sưởi ấm tâm hồn bạn và mang lại nụ cười trên khuôn mặt bạn.

Chúng tôi tin rằng thức ăn thoải mái không chỉ là một bữa ăn; đó là nguồn an ủi và niềm vui có thể làm cho ngay cả những ngày khó khăn nhất cũng cảm thấy tốt hơn một chút. Vì vậy, hãy tiếp tục, chuẩn bị món ăn thoải mái yêu thích của bạn, và tận hưởng sự ấm áp và hạnh phúc mà nó mang lại.

Cuối cùng, chúng tôi muốn cảm ơn bạn đã chọn SỰ HOÀN THÀNH SÁCH NẤU ĂN THOẢI MÁI làm kim chỉ nam cho những bữa ăn ấm cúng và ngon miệng. Chúng tôi tin rằng mọi người đều xứng đáng được hưởng một chút thoải mái trong cuộc sống của họ và chúng tôi hy vọng rằng cuốn sách nấu ăn này đã giúp bạn tìm thấy niềm an ủi của mình. .